tiếng quê hương

tiếng quê hương - ngô sỹ hân
Bìa: Uyên Nguyên Trần Triết
Dàn trang: Đỗ Huỳnh Đăng Ngọc
Nhà xuất bản Nhân Ảnh
ISBN: 979-8-8691-7358-4

ngô sỹ hân

TIẾNG QUÊ HƯƠNG

Nhân Ảnh
2024

LỜI CHÂN THÀNH

Thân tặng Cô Huỳnh Diệu Bích, giáo sư Việt văn của tôi, người đã khai nhãn cho tôi vào "thế giới văn chương chữ nghĩa" từ những ngày đầu tại trường Trung học Cần Đước, Long An!

Chân thành gởi tới các bạn văn nghệ sĩ, các cựu học sanh Trường Trung học Cần Đước, Cần Giuộc, và Chu Văn An, cùng các thân hữu như một món quà mọn mà tác giả có thể làm được trong khả năng của mình.

Chân thành cám ơn quý bậc trưởng thượng, quý đồng môn xuất thân từ trường mẹ Thủ Đức cùng quý đồng môn Không Quân, quý chiến hữu trong các quân binh chủng và những đơn vị bạn từng sát cánh chiến đấu cho một Việt Nam tự do đã có lời khuyến khích và giúp đỡ tác giả hoàn thành tác phẩm thứ hai nầy.

Đặc biệt cám ơn sự cảm thông của một người bạn dấu tên vốn có thân mẫu bị cộng sản ám sát và hai người anh từng là dũng sĩ trong Quân Lực Việt Nam Cộng Hòa, đã nhiều lần nghẹn ngào nhập vai nhân vật ở nhiều đoạn rải rác trong quyển truyện, và sau khi đọc qua tác phẩm đã cảm được tiếng nấc của thời gian và nhịp thở của quê hương!

Chân thành cám ơn những người bạn nối khổ trước kia, và những người từng quen biết sau nầy đã cho phép tác giả dùng tên thật như kỷ niệm một vùng trời quê hương vào một giai đoạn trớ trêu của lịch sử.

Trân trọng,
Tác giả

THAY TỰA

Cám ơn Ngô Sỹ Hân đã gửi tập bản thảo cuốn truyện thứ hai của anh cho tôi để hỏi ý kiến.

Thường thường, nếu không thích cuốn sách, thì tôi tìm cớ thoái thác chứ không bao giờ thích cảnh "mặc áo thụng vái tứ văng" dù có là bạn hay không.

Trong cuốn thứ nhất, "Một Góc Quê Nhà", Ngô Sỹ Hân đã rất khiêm nhường viết rằng anh chỉ mới tập tểnh viết văn. Nhưng đối với tôi, một con người không dễ dàng trong việc chọn sách đọc và "khó khăn" trong nhận định, lại thích truyện của Ngô Sỹ Hân. Vì truyện anh có một hấp lực tự nhiên khi đọc, khiến mình muốn đọc cho hết.

Anh viết rất dễ dàng, rất có duyên, dù với những ẩn ức nội tâm với nhận xét của anh, về lòng người, về tình bạn, về thời cuộc, quanh những đề tài về người Việt tha hương nơi đất khách, nhưng lại đem đến cho người đọc những mênh mang nhung nhớ, hoài vọng cố hương.

Cuốn thứ hai "TIẾNG QUÊ HƯƠNG" thành hình không lâu sau cuốn "Một Góc Quê Nhà" với những truyện ngắn càng hay hơn, duyên dáng hơn, cho người đọc những nụ cười nhẹ nhàng ý nhị, dù có những điều khá châm biếm tiềm ẩn.

Ngoài đời, Ngô Sỹ Hân là con người khá tình cảm, dễ thương, và đôn hậu. Gầy ốm một chút thì có, nhưng không phải là già, rạc rài đến độ như anh tả những ông già qua hình ảnh anh trong các truyện.

Ngòi bút của Ngô Sỹ Hân sẽ còn tiến xa và những nhận định thú vị về cuộc sống của đồng hương quanh anh sẽ là những động lực giúp anh ra khơi với trùng dương dễ dàng với cánh buồm căng gió.

Tôi thành thật mừng cho sự thành công của Ngô Sỹ Hân.

Mai Nguyên

LỜI NGỎ

Tánh tôi ham mê sách nhi đồng từ khi mới biết đọc biết viết. Lớn lên chút nữa thì nhờ "nghề đọc mướn" cho bà con lối xóm mà có trái ổi, trái xoài đền ơn chớ ít khi - dĩ nhiên thỉnh thoảng vẫn có nhưng chưa bị bắt quả tang - tụ tập cùng lũ quỉ đi hái trộm! Trong lúc đám bạn bè cùng lứa thường chơi trò bạo phổi, vì thích văn thơ nên tôi bị nhiễm cái bịnh mơ màng. Tôi mong mỏi trở thành một người mà tước vị có cái đuôi chữ "... sĩ" đứng đầu trong giai từng xã hội "sĩ nông công thương binh," và đã tập tành thơ phú từ những ngày còn học trung học. Nhưng chưa báo nào chịu nâng đỡ mầm non văn nghệ! Cho nên tôi tự nghĩ mình không có khiếu về văn chương chữ nghĩa. Dù vậy, nói theo ông Tiến sĩ Martin Luther King, Jr., "I have a dream!"

Vào thời gian tôi gần bắt đầu trưởng thành thì chiến tranh bùng nổ. Mẹ mất sớm, tôi từ bỏ nơi chôn nhau cắt rún lên Sài Gòn với hai bàn tay trắng. Cuộc sống nghèo nàn tới độ không thể nào nghèo hơn được nữa, tôi phải cáng đáng cho đàn em mà đứa nhỏ nhứt mới năm tuổi, lại đèo bồng có vợ con rất sớm! Mang tiếng học trò Chu Văn An nhưng năm 1965 lại thi rớt Tú Tài đôi, rồi tình nguyện vào học Khóa 21 Thủ Đức. Hóa ra giấc mơ "... sĩ" trở thành hiện thực mà đảo ngược thứ tự lại: sĩ... quan! Nhưng Sĩ Quan nói chung cũng là Binh nằm ở bực cuối cùng trong năm nấc thang xã hội. Sau khi tạm ổn định cuộc sống, tôi cắp sách trở lại trường sau biến cố Tết Mậu Thân năm 1968. Vì tay mặt cầm cung kiếm nên phải cầm viết bằng tay trái!

Ra hải ngoại, một số đàn anh mà tôi từng ngưỡng mộ đã bỏ cuộc; một số khác lại tiếp tục viết chuyện trên trời dưới đất, chuyên khai thác thị hiếu hèn mọn của những người quên cội nguồn. Vì miếng cơm manh áo hoặc vì một lý do nào khác, họ đã quên thiên chức của người cầm bút. Trong hoàn cảnh như vậy, tôi tự nhận thấy mình có bổn phận và trách nhiệm tiếp nối đoạn đường còn dang dở của những người đi trước. Con nhái không dám mơ thành con bò, tôi chỉ mong góp thêm một đóm lửa hồng để hâm nóng tâm tình người Việt ly hương.

Khác với cuộc sống đế vương của người cầm bút ở Hoa Kỳ, trong số những nhà văn Việt Nam trước kia cũng như ở hải ngoại bây giờ, tôi chưa thấy ai có cuộc sống tương đối sung túc mà trái lại lúc nào cũng thiếu trước hụt sau. Có lẽ đó là cái nghiệp hay "quả báo" mà người cầm bút phải gánh chịu. Dĩ nhiên, cầm bút chỉ là tự nguyện chớ không ai ép, không ai bắt buộc mình. Nó đau thương giống như bị trời hành, và như mắc bịnh tương tư! Nó làm xao xuyến con tim như có hẹn lần đầu, và êm đềm như tiếng gọi của tình yêu! Nó như bùa mê thuốc lú đã dính vào thì phải theo luôn không thể nào cưỡng lại được!

Tuyển tập truyện ngắn Một Góc Quê Nhà xuất bản đầu năm 2003 được tác giả xem như là một quyển "em tập làm văn" của một người mới mon men bước vào giới văn chương chữ nghĩa. Một số văn thi hữu tiền bối cho rằng lối hành văn bình dị không cần trình độ đại học vẫn hiểu, đồng thời sau khi đọc cảm thấy thấm thía cho thân phận lưu đày! Nhưng phu nhơn lại chê không lôi cuốn người đọc. Vì tin lời hiền thê là thật tình nên tôi phải cố gắng nhiều hơn nữa trong tác phẩm thứ hai Tiếng Quê Hương nầy, mong có thể thay đổi phần nào nhận định của phu nhơn chăng?

Tiếp theo quyển "em tập làm văn" trước, tập truyện ngắn thứ hai, Tiếng Quê Hương, cũng chỉ là quyển "làm văn nhập môn" hay "làm văn thực hành" với sự cố gắng vượt bực của một học sanh chuyên cần. Tôi nghĩ, như một sanh viên ở Mỹ, chỉ cần siêng năng là thi đậu, không cần bình thứ hay thứ, thậm chí đậu vớt cũng được! Nhưng muốn trở thành một người tài giỏi không phải là dễ. Và tác giả cũng không dám mơ màng tới chuyện không tưởng ấy! Tuy nhiên, niềm hân hạnh là có người - trong đó có những đàn anh đàn chị đã thành danh - gọi tôi là nhà văn! Nhưng sao tôi vẫn chưa dám tự nhận vì nghĩ mình còn tài hèn trí mọn quá, đúng như có người đã nhận xét tác giả không có trình độ!

Vâng! Vì tác giả kém trình độ nên văn phong bình dị trong Tiếng Quê Hương phản ảnh lối sống quê mùa của một người sanh ra và lớn lên từ miền đất ruộng, nơi đó người dân miền Nam hiền hòa chất phác quanh năm sống với con trâu cái cày, và với mùi rạ khô cỏ mốc, cùng những cột khói đốt đồng. Tác giả chỉ gặp, giao tiếp, và biết cuộc sống của những người dân hèn mọn mua gánh bán bưng ngoài lề đường, những em bé bán vé số và lượm bịch ni-lông, những con em của sĩ quan chế độ cũ vất vưởng trở về từ vùng kinh tế mới, những người "tiểu tư sản" bị đuổi ra khỏi nhà thân tàn ma dại, cả những em bé quen mùi son phấn trước thời con gái phải nuôi em và nuôi người cha đã để lại một phần thân thể nới chiến trường xưa!

Còn đối với người văn hay chữ tốt thì nghệ thuật dùng chữ phải trau chuốt và lối hành văn phải hơi cầu kỳ một chút để diễn tả những câu chuyện cao xa và lý tưởng, mà người bình dân ít học không hiểu nổi. Họ thường kể chuyện xảy ra trong gia đình của những người thuộc giới thượng lưu trí thức với lối sống trưởng giả cùng những suy tư triết học về sự hiện hữu của con người, con người sau khi chết sẽ đi về đâu.... Đối với những chánh trị gia lỗi lạc thì họ sẽ đưa ra lý thuyết cách mạng, những kế sách canh tân đất nước.

Trộm nghĩ trong hiện trạng của đất nước mình, không phải không cần những triết gia, không phải không cần những chánh trị gia, không phải không cần những nhà văn bác học, nhưng vì "quốc gia hưng vong thất phu hữu trách" thì kẻ thất phu nầy cũng xin góp chút tài mọn trong khả năng của mình, thêm một vài hình ảnh chính tác giả đã chụp được bằng đôi mắt thật để nhắc nhớ về một quê hương thứ nhứt. Mười hai truyện ngắn trong Tiếng Quê Hương đều là chuyện thật của cuộc đời ai cũng có thể là nhơn vật chánh hay ít nhứt cũng từng tham dự một phần. Tiếng Quê Hương là nỗi trăn trở, niềm thao thức của những người mãi lo cho con bò trắng răng! Và cứ thế, dòng sông vẫn xuôi chảy về biển khơi, như đã chảy từ trước khi tác giả chưa sanh ra đời!

Nhưng chưa chắc tác giả đã dám tiếp tục xuất bản quyển thứ hai, Tiếng Quê Hương, nếu không được sự khuyến khích và ủng hộ của các chiến hữu từ trường Thủ Đức và Không Quân, bạn bè, và độc giả, mà tuyệt đại đa số là những người hơn một lần cầm súng bảo vệ quê hương. Trong số nầy có một số chiến hữu Cán bộ Xây Dựng Nông Thôn, Địa Phương Quân và Nghĩa Quân mà trước nay hầu như bị lãng quên trong sanh hoạt cộng đồng hải ngoại! Những nhận định và phê bình ấy như tiếng kèn thúc quân, như một lời kêu gọi hãy tiếp tục lên đường, là một sự chia xẻ tâm tình tác giả đã gởi gấm trong tác phẩm, là một đóm lửa truyền hơi ấm vào lòng người tự cảm thấy mình còn có một quê hương xa tít mù xa. Không một lời cảm ơn nào có thể diễn tả hết ý nghĩa của sự cảm thông!

Trân trọng,
Tác giả
28/8/2003

VÀI GHI NHẬN VỀ TIẾNG QUÊ HƯƠNG CỦA TÁC GIẢ NGÔ SỸ HÂN

Con là máu Cha huyết Mẹ, Trên Cha Mẹ có Ông Bà, Con phải tin có Trời có Đất, Có linh hồn khi con mới tượng hình ra... (võ ý).

Máu Cha huyết Mẹ đây chính là tâm huyết của Chú Thọ, Chú Tâm, của Ông Già Tiền Sử, của Ngộ, của Cang, của Ngô Minh Châu v.v... đang luân lưu cùng khắp châu thân, cùng khắp lục phủ ngũ tạng đứa con thân yêu của người cha Ngô Sỹ Hân.

Còn Trời Đất trong hoàn cảnh nầy là khí tiên thiên khí hạo nhiên của quê hương Cần Đước, Cần Giuộc, của ruộng đồng xã Long Thượng, của Truyền thống bất khuất tiền nhân Chu Văn An, của Cư An Tư Nguy quân trường Thủ Đức, của lửa đạn Pleiku, của uất hận ngục tù Hàm Tân, Thanh Phong, Yên Bái, của Cưu mang Nung nấu Detroit Michigan....

Từ những ghi nhận tổng quát trên đây, tôi, KQ Võ Ý đến từ St Louis, MO, xin vinh hạnh chào mừng quý chiến hữu đồng hương có mặt hôm nay, và xin phép quý vị dành cho tôi mươi phút để bày tỏ vài cảm nhận thô thiển về vóc dáng và tâm tính **đứa con tinh thần** của người đồng đội của chúng tôi trước kia và hiện nay, **Bắc Đẩu Ngô Sỹ Hân**, tác giả Tập Truyện **Tiếng Quê Hương**.

Tiếng Quê Hương gồm 12 truyện ngắn, phản ảnh ba đề mục, đó là:

Tuổi thơ ngọt ngào của tác giả tại quê nhà,

Giai đoạn bạo ngược và phẫn uất khốc liệt sau 75, và

Nhân tình thế thái ở xứ tạm dung hiện nay.

Trong nỗi niềm riêng của mỗi truyện, vẫn bàng bạc nỗi niềm chung của xã hội, của dân tộc. Chúng tôi xin lần lượt trình bày tóm lược nội dung ba đề mục nầy theo ghi nhận chủ quan.

Tuổi thơ của tác giả nghèo khó về phương tiện vật chất nhưng giàu nghị lực đấu tranh, nên ông đã vật lộn với đời để sinh tồn và đã nếm mùi tân khổ rất sớm so với chúng bạn thị thành cùng trang lứa. Điều nầy thể hiện trong Ngôi Trường và Tu Xuất.

Vào năm tác giả và hai người bạn mới tốt nghiệp Tú Tài phần I, mà đã dám đảm nhận làm Giám Hiệu một trường tư thục có tên là Dân Tiến ở Dạ Nam cầu Nhị Thiên Đường. Đặc điểm của ba thầy giáo liều mạng mặt búng ra sữa được mô tả như sau:

- Thầy Phan Xích Long: Đạo mạo

- Thầy Đoàn Văn Ban: Hoạt bát

- Thầy Ngô Đình Ngộ: Đẹp trai!

Thầy Ngộ ở đây, thưa quý vị, sao thấy giống Ngô Sỹ Hân của chúng ta! (Đẹp trai hay không đẹp thì không dám có ý kiến, chúng tôi chỉ xin khẳng định một điều là, lúc nhỏ, thầy Ngộ trông... rất trẻ!).

Trường Dân Tiến về sau đổi thành Dân Liều, vì người dân ở đây liều mạng gởi con đi học để kiếm năm ba chữ, chứ thật sự họ quá nghèo, nghèo hơn cả mấy thầy nên phải học theo sách của mấy thầy là... liều mạng khất nợ dài dài cho đến khi Dân Tiến đóng cửa!!!

Giai đoạn khốc liệt sau 75 thể hiện trong Nồi Canh Mướp Mồng Tơi, Tự Nguyện Đi Tù, Ở Tù Về Thăm Bạn va Ngôi Trường Đã Mất Tên. Chất liệu đúc kết nên những truyện nầy là có thật mà tác giả và đồng đội đã trải qua. Chính những tàn khốc man rợ của chế độ như là những gam màu thịnh hành đương thời, được tác giả dùng để tô vẽ nên những bức tranh xã hội *tột cùng đen mịt* và *tột cùng bi thảm*.

Số là, sau khi đi tù về, bà xã đưa tác giả đi thăm bạn. Chị bạn đang nấu mì gói cho ba mẹ con ăn. Gặp bữa, chị lịch sự sự mời khách thì hai đứa con bỗng khóc thét. Chị bạn nhìn hai con bằng cặp mắt vừa van lơn vừa hù dọa. Nhưng hai cháu chỉ ngưng khóc khi bà xã tác giả nói: *"Để hai cháu ăn đi, hai bác ăn cơm ở nhà rồi"*.... Đây là hình ảnh tuổi thơ của xã hội chủ nghĩa, gây ấn tượng mãnh liệt không những cho tác giả mà còn cho mỗi chúng ta cho đến tận hôm nay....

Còn chuyện thiên hạ sự ở đất tạm dung được mô tả trong Đồng Hương, Kể Chuyện Việt Nam, Hai

Mươi Tám Năm Sau, Người Đàn Ông Ti Tiện, Cắt Cỏ Là Vinh Quang. Trong những chuyện nầy, tác giả nhập vai chính, khi thì Tôi, khi thì Cang, khi thì Ngô Minh Châu, khi thì Ông Già Tiền Sử, khi thì Chú Thọ, khi thì Chú Tâm, để bày tỏ quan điểm của mình về Quê hương Dân tộc, về nợ nước thù nhà, về những sinh hoạt của các tầng lớp người Việt lưu vong trên hoàn vũ, cá nhân cũng như cộng đồng....

Qua phần nầy chúng ta thấy rõ cái xô bồ, cái anh hùng cá nhân, cái like to talk no like to work, cái thùng rỗng khoe khoang, cái vong ân bội nghĩa, cái hủy diệt nhân cách, cái cục bộ thiển cận, cái xa vời hoang tưởng, cái dậu đổ bìm leo, cái âm thầm nhẫn nhịn, cái từ tốn đóng góp phần nhỏ nhoi của mình vì Mục Tiêu Chung cho Đại cuộc....

Ông bà Ngô Minh Châu đến định cư trong "xóm nhà lá". Những người qua trước và những quen sơ không hứng thú ghé thăm. Nhưng ông bà cũng có hai người đồng hương tiêu biểu, đó là Cang và Thạc. Trong một câu chuyện nói về quê hương, anh Cang thở dài:

- Không biết chừng nào mình mới về lại quê hương được? Như trúng đài, anh Thạc phát:

- Cái gì mà không được? Tao về hoài. Bây giờ dễ lắm. Em út ở bến chơi xả láng!

Anh Cang phản ứng ngay:

- Về là về thế nào chớ về mà trình giấy thông hành rồi xum xoe dắt lũ nó đi ăn nhậu không thấy nhục à?

Lời văn trong *Hai Mươi Tám Năm Sau* và nhất

là trong *Người Đàn Ông Ti Tiện* thì cuồn cuộn như suối ngàn tuôn chảy, đã thể hiện rõ nét những ưu tư nghiền ngẫm của tác giả về những hời hợt nông cạn hoặc nhạt nhẽo hiểu lầm, hoặc xách mé tâm tình của tác giả qua những công trình văn hóa do ông thực hiện trước đây.

"Nghĩ lại lúc mới ra báo, chú Thọ đã gởi cho ông niên trưởng cùng đơn vị ngày xưa ba bốn số báo liên tiếp nhưng không thấy hồi âm. Ông rộng lượng nghĩ rằng, chắc ông không nhận được hoặc là quá bận bịu nên chưa trả lời. Đến khi gặp, ông hỏi thì được biết người bạn quý đã vứt hết tất cả tâm huyết của bạn hiền vào thùng rác!"

Sự việc trên đã gây cho tác giả "nhiều lúc muốn hộc máu tươi ra ngoài," nhưng vẫn không làm ông nản lòng, vì bên cạnh ông "niên trưởng" nhẫn tâm trước sách báo chữ nghĩa, vẫn còn những tấm lòng hiếm hoi như Bác Hoàng biết hoan nghênh cổ vũ việc làm ý nghĩa của người đồng môn:

- Thâm lắm, thấm thía lắm! Nhiều lúc tôi nghĩ hình như ông chửi cha tôi không bằng!

- Đừng nản chí! Anh cứ làm đi! Chó sủa mặc chó, đoàn lữ hành cứ đi!

Chính do những tấm lòng đồng cảm và nhân hậu như vậy mà hôm nay chúng ta lại có trong tay tác phẩm thứ hai *Tiếng Quê Hương* của Ngô Sỹ Hân. Chúng tôi không những xin cám ơn công sức của người cha mang nặng đẻ đau, đã hiến cho đồng đội một đứa con tinh thần như một loại vũ khí, mà nhân đây, chúng tôi cũng xin cám ơn những tấm lòng ưu ái khích lệ như Bác Hoàng và những đồng đội còn quan hoài đến tiền đồ quê hương đất nước....

Phần kết

Kính thưa quý huynh đệ đồng hương,

Chúng tôi đã trình bày vài ghi nhận về tác phẩm Tiếng Quê Hương. Xin quý vị chịu khó thêm vài phút và giúp chúng tôi soi rọi tìm cho ra phần linh hồn của cháu bé mang tên là Tiếng Quê Hương, bởi vì *Con phải Tin có Trời có Đất, có Linh hồn khi con mới tượng hình ra.*

Tiếng Quê Hương đã chào đời, là một đứa con tinh thần, là một sinh vật được nhân cách hóa, chắc hẳn cháu cũng phải mang một linh hồn. Linh hồn ở đây chính là ước vọng. Ước vọng của Tiếng Quê Hương nhất định phải phản chiếu ước vọng của phụ thân của cháu, chiến hữu Ngô Sỹ Hân.

Ngô Sỹ Hân là một chinh nhân mang trách nhiệm trừ hung diệt bạo, bảo quốc an dân. Hung Bạo ở đây chính là cộng sản vô thần.

Trong *Nồi Canh Mướp Mồng Tơi*, Ngô Sỹ Hân nhập vai người cha qua lời kể của con gái tên Châu. Chú Chín của cháu Châu là Trung đội trưởng, vì không chịu đầu hàng nên bị giặc bắt đưa về trong xóm, bảo chú đọc tờ giấy viết sẵn kêu gọi đồng đội buông súng thì chúng sẽ thả. Chú cương quyết không làm như vậy và chúng đã giết chú. Bà Nội than khóc trách sao con dại dột thì Cha nói:

- *Đành rằng vậy (nghĩa là bị bắt buộc), nhưng cấp chỉ huy phải giữ sĩ khí chớ nói như Má sao được?*

Chú chỉ là cấp chỉ huy Trung đội mà khí phách như vậy, thật là đau lòng cho những Tướng lãnh chỉ huy cả Đại đơn vị mà lúc nguy biến, đành đoạn bỏ thuộc cấp ở lại để thoát thân.

Chú Chín đã anh dũng đền nợ nước. Giặc cộng man rợ cắm đầu Chú trên cây đòn sóc giữa ngã ba đường, đôi mắt còn mở. *Bà Nội vừa khóc vừa nhào tới cây đòn sóc đang bêu đầu chú Chín thì một tiếng nổ ầm vang lên, bụi đất bay mù trời. Thân bà nội quỵ xuống!*

Ghi lại hình ảnh rùng rợn nầy để nhắn gởi lại những thế hệ kế tiếp biết rằng, cộng sản là dã man như thế đó. Giết cả người Mẹ già vô tội. Tiếc thay, ngày nay vẫn còn kẻ mơ hòa hợp hòa giải với lũ man rợ như vậy mà không biết thẹn.

Hình ảnh nầy sẽ không bao giờ phai mờ trong tâm tưởng của cháu Châu, thế hệ thứ hai. Và Cháu sẽ biểu đồng tình với phụ thân, hỗ trợ ông tiếp tục chiến đấu bằng mọi phương tiện, những mong giúp ông đi hết đoạn đường chiến binh, (Men Đắng, thơ Ngô Sỹ Hân) hầu mang lại **chân thiện mỹ** cho dân cho nước.

Là một hiệp sĩ của không gian, tác giả Ngô Sỹ Hân đã thề nguyền dưới cờ trước khi xuất chinh là: *Trung Kiên Một Lòng Vì Tổ Quốc, Sắt Son Một Dạ Với Không Gian* (KQ Lê Bảo Định). Vũ khí trước kia của ông là phi cơ, bom đạn, rốc kết. Ngày nay, loại vũ khí đó không còn, ông tiếp tục chiến đấu bằng loại vũ khí mới, còn gọi là vũ khí mềm (Tiếng của Cung Trầm Tưởng), đó là lý tưởng Tự Do Dân Chủ và Lập trường Quốc Gia Dân Tộc và dũng khí của Chú Chín! Loại vũ khí nầy khi gặp quân thù sẽ thành tạc đạn, khi gặp quân bạn sẽ biến thành thuốc bồi. Loại vũ khí mềm đó chính là Tiếng Quê Hương.

Xin hãy xem đây như là Vũ Đình Trường, và quý vị như là chinh khách từ muôn phương bay về để tham dự Lễ Xuất Chinh của Tiếng Quê Hương. Tất cả quý vị là những lô thuốc bồi còn khả dụng hành quân, sẽ hỗ trợ đắc lực đồng đội Ngô Sỹ Hân trên mặt trận tư tưởng nầy. Và xin ân cần giới thiệu Tiếng Quê Hương đến những đồng hương và chiến hữu huynh đệ còn chút quan hoài đến tiền đồ đất nước đồng bào....

Chân thành cảm tạ quý huynh đệ đã lắng nghe!

St Louis, ngày Valentime 2004

Bắc Đẩu võ ý

nồi canh mướp mồng tơi

(Thân tặng Thuỳ Dương)

Vừa mở cửa bước vào nhà, đã nghe mùi thơm quen thuộc dễ chịu. Chưa kịp tháo giày, tôi hỏi ngay:

- Nấu gì ăn vậy má?

Mẹ tôi cười bí mật:

- Có món nầy ngon lắm!

Rồi mẹ nói thêm:

- Sao lúc nầy mầy dở chịu đói quá vậy?

- Con cũng không biết. Có cảm tưởng như nhịn từ sáng tới giờ.

Mẹ tôi biểu đồng tình:

- Ờ, má cũng vậy! Tao mới vừa xơi hai bịch chíp. Cũng chưa thấm tháp gì!

Bình thường tôi đi làm sáu giờ rưỡi về tới nhà, lên lầu dòm qua con bé một chút rồi xuống phụ mẹ một tay. Đến bảy giờ, cả gia đình quây quần quanh mâm cơm. Trừ Chủ Nhật, ngày nào như ngày nấy, chưa có ai phản đối điều gì cả. Cũng chẳng có ai phá lệ nhảy rào! Gặp nhau chừng hơn một tiếng đồng hồ rồi thì việc ai nấy làm. Cha tôi lại tiếp tục lên lầu ngồi vào bàn làm việc, dán cặp mắt kiếng lão gãy gọng vào computer. Nhưng trước khi lên, ông còn phải ra ngoài sân chừng năm mười phút gọi là hít thở không khí trong lành!

Lần nào cũng vậy, mẹ tôi không quên nhắn một câu gì đó rồi âm thầm dọn dẹp rửa chén bát mất thêm chừng nửa giờ nữa. Bữa nào siêng thì tôi phụ mẹ một tay cho có lệ. Mà thường thì tôi có hơi lười! Mẹ cũng thông cảm cho tôi làm lụng cực khổ, lại đèo bồng con cái. Chồng không lo cũng được, vì hắn có đủ tay chưn! Nhưng phải để mắt tới con cái xem nó học hành ra sao, bạn bè thế nào, quan tâm vấn đề gì....

Mẹ nói một mình:

- Tại thời tiết trở lạnh! Tới ngày Lễ Tạ Ơn rồi còn gì!

Trời chưa vào Đông, chỉ mới cuối mùa Thu. Lá vàng chỉ còn lưa thưa trên lưng trời, cạnh những cành trơ trụi sẵn sàng đón nhận những bông tuyết trắng mịn sắp trở lại nay mai. Chim chóc không còn vui thú chắc đã xuôi Nam tìm vùng đất ấm từ tuần trước. Dưới gốc cây, trên bãi cỏ đầy đống lá khô chưa kịp hốt. Đàn sóc đã chui vào hang trốn mùa giá buốt. Bên quê nhà, hình như tụi trẻ con mới "đốt đèn đi chơi... đi dưới ánh trăng rằm...."

Mới ngày hôm qua trời còn mát mẻ. Cái không khí se se lạnh dễ chịu như những ngày gần Tết bên mình. Ấy vậy mà nửa khuya về sáng tự nhiên nhiệt độ xuống thật thấp. Sáng sớm thức dậy đi làm, ra ngoài xe chưa kịp rồ máy đã thấy muốn run. Và ngày hôm nay, người ta cứ tưởng đã vào Đông. Qua rồi những ngày trời cứ ui ui suốt từ sáng tới tối, không thấy mặt trời. Nhìn ra ngoài, cửa kiếng đóng một lớp giá mỏng. Tự nhiên cũng có cảm giác lành lạnh.

Phía sau nhà là một bãi cỏ rộng. Nơi góc bên trong hàng rào có một gò đất trống, cây dại hoang mọc um tùm. Hồi đầu mùa, mẹ bảo cha dọn sạch và be thành cái vườn để mẹ trồng hành, rau rắp, lá quế, rau húng, tía tô.... Quanh năm suốt tháng không thấy mẹ mua một xu nhỏ về cái khoản nầy. Nói không quá, giả dụ đãi một cái tiệc có năm mươi thực khách mẹ cũng khỏi lo cái mục rau sống. Thậm chí nhiều khi mẹ còn phải năn nỉ cho bạn bè "kẻo nó già mất"!

Nhưng tất cả niềm vui của mẹ qua một đêm trở thành món gỏi nhúng dấm. Các nhánh nhỏ xìu lơ rũ xuống sáu giờ như ông già mắc bịnh, còn lá thì trong suốt như mình con sứa biển, giống như mặc áo dài trắng mắc mưa! Trong vườn rau của mẹ, nổi bật nhứt là cái giàn mướp bằng gỗ vụn do cha tôi lấy điểm tặng mẹ nhơn ngày sanh nhựt thứ năm mươi lăm của bà mà ông không tốn một đồng nào!

Mẹ có vẻ hài lòng. Như xưa nay, niềm vui của mẹ chỉ có thế! Quanh quẩn chỉ cơm nước và con cái. Mấy năm gần đây lại thêm cháu ngoại. Nếu có rảnh chút xíu thì vui với cây cỏ. Mẹ nói "Năn nỉ lắm ổng mới làm." Rồi mẹ tự an ủi "Có còn hơn không"! Trong khi ấy, những người điệu nghệ phải tốn bạc trăm ra Home Depot mua cái giàn tiền chế bằng gỗ đặc biệt outdoor về dựng lên trong vườn rau của phu nhơn trông như cái cổng trước nhà có giàn bông giấy hay hoa thiên lý.

Trái với sự an phận của mẹ, tôi nhìn cái giàn mướp home-made thấy mắc cở giùm cho chủ nhơn. Đủ loại cây vụn chắp ngang chắp dọc, chỗ đóng đinh, nơi cột dây nhợ lòng thòng. Cặp kè với cái hàng rào gỗ từ tạo thiên lập địa, có lẽ bằng tuổi đứa em gái, cái giàn mướp xịch xạc chực muốn ngã, dù mang có một dây độc nhứt! Dây độc nhứt nên sanh trái cũng độc nhứt! Và sản phẩm đó là nguyên liệu chánh trong bữa cơm tối hôm nay.

Trước kia mẹ tôi dân chợ đâu biết gì về trồng trọt, rẫy bái, ruộng nương. Từ khi định cư ở xứ nầy, bà lại thích thú cái nghề làm vườn tay trái. Ngoài công việc ở sở, mẹ tôi còn tỏ ra là một tay nội trợ ngoại hạng. Ngồi vào mâm cơm mới thấy thành tích của mẹ tôi! Bên cạnh dĩa thịt ram mặn, nồi canh mướp nghi ngút khói làm mờ cặp kiếng cận. Lớp mặt hơi lóng lánh chút mỡ, mùi hành lá bốc lên thơm phức. Ai đói bụng có thể nhìn xuyên thấu tận đáy nồi. Những con tôm khô bằng ngón tay út lội nhởn nhơ khi bà đưa cái vá múc. Lẫn lộn trong đám lá mồng tơi xanh rờn là những khoanh mướp cắt xéo. Người ta có thể ước được trái mướp bằng chừng nửa cườm tay đứa con gái mười tuổi của tôi!

Mấy hôm trước, tôi đã tận mắt nhìn thấy mẹ tôi chăm sóc thành quả của mẹ. Bà đeo găng cầm cái kéo thợ may tỉa lá sâu lá già, cẩn thận như lúc bà nâng niu cành lan trong mấy cái chậu để quanh bàn cạnh cửa kiếng. Mẹ hào hứng nói sẽ để giống sang năm gầy ra nguyên một vườn, "ăn mệt nghỉ"! Chỉ nhà nghèo đông con mới trồng loại mướp trâu trái to. Còn đây là loại mướp hương có mùi thơm lựng, nấu lên rồi không đói cũng muốn ăn.

Vì là món ăn quý, mẹ tôi công bình chia đều cho mỗi người, kể cả đứa con gái của tôi, để thưởng thức đúng hương vị cây nhà lá vườn của quê hương.

Mẹ hãnh diện nói:

- Mướp hương nầy bên nhà cũng hiếm!

Đứa con gái hỏi tôi:

- Bà ngoại nói trái gì?

- Trái mướp hương.

- Tiếng Mỹ gọi là gì?

- Squash.

Nó thắc mắc:

- Sao không giống trái squash trong sách?

Nó tỏ vẻ phân vân khi tôi giải thích rằng người Mỹ không có danh từ chỉ riêng trái mướp. Squash chỉ chung bí, bầu, mướp..., đại khái những thứ cùng họ hàng như vậy. Tôi nói đại chớ không chắc bí bầu cùng họ hàng với mướp. May mà nó cũng không thắc mắc nữa khi thấy cha tôi trầm ngâm. Nó lại ngạc nhiên nhìn ông ngoại. Tự dưng, mắt ông rưng rưng:

- Mỗi lần ăn canh mướp là anh không cầm lòng được!

Hiểu ý, mẹ lại sụt sùi:

- Mới đó mà đã ba mươi năm!

- Em nhớ hồi xưa mỗi lần chú Chín nó từ Lai Khê về là đòi em nấu canh mướp với mồng tơi hôn?

- Làm sao em quên được! Vì vậy mà em thương chú nó nhứt nhà!

- Cũng như anh, suốt đời nó đâu biết cao lương mỹ vị là gì!

- Cơm không đủ ăn thì làm sao đòi món ngon vật lạ?!

Cha tôi xúc động nhìn qua tất cả mọi người có mặt. Đôi mắt chầm chậm dừng ngay tôi:

- Chú Chín con xứng đáng là anh hùng!

Không nhắc thì thôi nhưng mỗi lần có người nói tới thì hình ảnh chú Chín tôi hiện rõ ràng như mới đây, dù rất xa xôi. Chú đen đen lớn con hơn cả cha tôi, dễ thường chú cao một thước bảy (1,7m). Trên má lại có nốt ruồi bằng hột tiêu. Cô Út nói đó là nốt ruồi duyên, "Mầy thấy hôn, chú Chín mầy có nói gì đâu mà cô nào cũng thích"! Trái với nước da cha hơi trắng giống bà, chú có nước da của ông. Chú còn thừa hưởng cái tánh làm thinh của ông nội nữa. Chú chỉ cười và thường không có ý kiến. Có khi chú về chơi cả tuần, cũng có khi chú đi biền biệt mấy tháng trời, đến nỗi cha tôi phải gọi điện thoại lên đơn vị thì mới yên lòng.

Cha tôi thường không xem bữa ăn quan trọng như lũ chúng tôi. Mẹ tôi nói người ta càng lớn tuổi thì ăn không thấy ngon miệng nữa, như là bước đầu chuẩn bị về bên kia thế giới!

Cha tôi xoay sang mẹ:

- Tô canh nầy ăn nên thuốc!

Mẹ tôi ngây thơ hỏi:

- Thuốc gì?

Chưa tới một phút đồng hồ, cha tôi vừa xúc thêm một chén nữa, đang trở lại bàn cười trả lời:

- Thuốc đói.

Cha tôi nói tiếp:

- Vậy mới quý! Cái gì hiếm đều quý!

Mẹ tôi phán:

- Bữa nay ba tụi bây lột lưỡi!

Vốn ít nói mà hôm nay "lột lưỡi" là phải vì cha tôi đang thưởng thức món canh mướp độc đáo của mẹ tôi! Trái mướp chưa đủ lớn vì xem ra hột nó còn quá non. Hồi đầu mùa, mẹ cũng không có quyết định dứt khoát. Đáng lý bà phải ương hột trước lúc trời có triệu chứng sắp hết lạnh để trồng cho kịp. Trong lúc thiên hạ thu hoạch rần rộ, mẹ tôi chờ trái mướp một từ ngày nầy qua ngày khác cũng không kịp. Năm tới chắc chắn việc trồng trọt sẽ khả quan hơn. Bà đã biết vô internet xem thời tiết. Cha tôi gốc nhà quê, nếu không rành thì cũng biết nhiều về chuyện nầy, dạy mẹ lên website tìm những gì mình muốn, mà chẳng bao giờ ông mó tay tới vườn tược!

Cuối cùng ông vuốt một câu:

- Nói thiệt không phải làm bộ khen em: Ngon mà ít quá!

Tôi không nghĩ là cha tôi khen xã giao, vì ông ít khi nào nói không thật lòng. Tôi cũng đồng ý là ngon. Cái cảm giác như hồi nhỏ ăn canh mướp mồng tơi nêm bột ngọt.

Mẹ tôi cười thỏa mãn, hứa hẹn:

- Sang năm mình sẽ có nguyên vườn mướp cho cha con ăn thả cửa! Nhưng đầu mùa anh nhớ làm lại cái giàn cho em.

Cha tôi điềm đạm, quả quyết, và hình như có chút... độc tài! Ông sống nhiều với quá khứ và hay kể chuyện đời xưa từ ba bốn mươi năm về trước.

Cha nói với mẹ:

- Em nhớ lúc mình ở cư xá Nguyễn Thống hôn?

Rồi quay sang tôi:

- Con Châu! Con còn nhớ hôn?

Tôi lớn lên từ một trong bốn dải nhà Tây trên vuông đất đỏ, bên cạnh khu Quân Tiếp Vụ, cả ngày lẫn đêm bốn mùa đều nghe tiếng phi cơ cất cánh. Xế phía bên kia là hai dải cư xá sĩ quan độc thân cách nhau qua một vũng lầy đầy cỏ dại, mà mãi sau nầy lấp cũng chưa hết. Giữa hai khu cư xá gia đình và độc thân, chạy từ cổng Bộ Chỉ Huy Kỹ Thuật Tiếp Vận là con đường hàng ngày dẫn tôi đi học trường Tiểu học Không Quân tới gần hết lớp Nhứt, cũng là ngày đóng cửa căn cứ, cha tôi đi ở tù.

Mẹ tôi luyến tiếc:

- Làm sao em quên được những ngày hàn vi?!

Cha tôi không cố ý hài tội cũ của tôi:

- Em nhớ cái bàn chải trong nồi canh mướp?

Mẹ cười rộng lượng:

- Nhờ cái bàn chải mà nồi canh ngon đặc biệt!

Cho mãi tới bây giờ khi cha mẹ kể lại chuyện cũ cũng khẳng định rằng gia tài của cha mẹ là con Châu. Tôi là đứa con gái đầu lòng vô phước sanh ra đời không đúng lúc! Vô phước là vì hồi đó nhà nghèo quá, nghèo hơn cả những người khố rách áo ôm! Không đúng lúc là vì tôi không chịu đợi gia đình kha khá hãy sanh ra.

Đầu tiên, bà nội bắt mẹ phải vô đạo và để ông cha nhà thờ làm phép bí tích hôn phối, nhưng mẹ không chịu. Dù vậy, ông nội đồng ý nhưng bà nội lại chê không môn đăng hộ đối. Thời gian tranh chấp quá lâu, tôi không đợi được phải ngoi ra ánh sáng mặt trời. Mấy đứa em tôi sau nầy thì đỡ khổ hơn. Nhà không giàu nhưng mẹ tôi tảo tần có tiền ra tiền vô. Chúng nó khỏi uống nước cơm, và tệ lắm cũng có sữa bò hộp Hai Con Chim. Dù mẹ không nói ra, nhưng tôi hiểu là mẹ thương tôi nhứt nhà!

Trong số tài sản của cha mẹ khi dọn lên Biên Hòa, còn phải kể một cái túi xách bằng đệm đựng mấy bộ đồ cũ! Thêm cái cặp học trò bằng da lười xười đựng một mớ sách vở, bản nhạc, và bản thảo thơ văn hai người sáng tác. Sau nầy tôi được biết ông bà cũng văn nghệ văn gừng, và gặp nhau trong một bút nhóm học trò! Ngoài ra, còn một nắm hột mướp hương, và... hết! Không có được chiếc xe đạp trành để làm chưn đi đây đi đó.

Cha mẹ tôi không được gia đình đứng ra kết hợp vì tôi ngỗ ngáo đội cái bụng mẹ u u! Chuyện nầy mãi tới lúc trưởng thành tôi mới biết được. Hai người yêu nhau bất kể trời long đất lỡ. Cha tôi không phải là người hư đốn bỏ bê vợ con, nhưng mà chỉ vì quê mùa, chơn chỉ hạt bột, "cù lần" - tiếng của mẹ tôi - nên không nhạy cảm về suy nghĩ của phụ nữ! Đôi khi mẹ buồn, bà hay tâm sự với tôi rằng số bà khổ, lỡ dại mà khiến gia đình chồng coi thường.

Khi mang bầu tôi, mẹ chưa xong Tú Tài, phải bỏ học ngang! Để tránh sự dị nghị của xóm làng và tình huống khó xử cho gia đình bên ngoại, bà quyết định bỏ nhà thoát ly theo cha tôi vô ở trong trại gia binh của đơn vị. Ngược thời gian trở lại, cha tôi lúc ấy hai mươi tuổi may mắn không bị gia đình ngoại truy tố về tội dụ dỗ gái vị thành niên: mẹ tôi mười sáu tuổi rưỡi!

Cuộc sống gia đình chỉ trông cậy vào đồng lương lính. Mà lương chuẩn úy vào nhà khó cũng giống như đồng tiền giả, chỉ xài được chừng năm mười ngày, rồi lại chạy nợ tiếp. Bữa ăn hoặc là dưa leo chấm nước tương, hoặc tốp mỡ chan nước mắm, hoặc là canh cà rốt, hoặc là canh mướp mồng tơi nêm muối.

Đặc biệt đó là ngày chú Chín từ đơn vị về và cũng là ngày lãnh lương nên nồi canh mướp mồng tơi có tôm khô và bột ngọt, lại thêm đủ lễ bộ hành ngò. Nhứt định mỗi lần chú Chín về thì thế nào mẹ cũng đãi món ruột nầy. Mẹ giải thích nồi canh phải nấu trước để nó có thể chờ các món khác mà không nguội. Nấu xong mẹ để lên cái bàn gỗ thông lót tờ bào cũ. Trước nay cả nhà vẫn ngồi dưới đất. Từ khi mẹ mang thai thằng Dũng, cha mới xin mấy cái ghế sắt và vài cái thùng ván thông về ghép lại để mẹ khỏi ạch đụi khi ngồi xuống đứng lên.

Cha trìu mến nhìn mẹ:

- Chú Chín nó rất thích món canh mướp mồng tơi do em nấu!

- Ờ! Chớ em đâu biết nấu món ăn nhà giàu!

Mẹ nhìn cha trìu mến như nhớ lại thời hai người yêu nhau, rồi bước tới kẹp cổ ba tôi một cái, xong ôm hun tôi. Bà cảnh giác:

- Anh coi chừng con nhỏ kẻo con nó bị phỏng!

Cha tôi nhìn lên nói:

- Để anh coi cho. Không sao đâu!

Mẹ lại hỏi:

- Anh đang đọc quyển gì vậy?

- Sử của Phạm Văn Sơn. Đoạn nói về Trần Quốc Toản. Khúc Hội Nghị Diên Hồng.

Mẹ hỏi lại:

- Hội Nghị Diên Hồng hay Hội Nghị Bình Than?

- À! Hội Nghị Bình Than. Lúc ổng bóp nát trái cam trong tay vì người lớn không cho góp ý!

- Em ngưỡng mộ ông nầy. "Quốc gia hưng vong, thất phu hữu trách" huống hồ gì ổng trong hoàng tộc! Nhưng dễ có mấy người được như vậy?

Tôi quên kể, trong nhà nầy còn có hai chiếc ghế xa-lông cũ bằng sợi ni-lông nhiều màu bện lại, mà không cái nào còn nguyên vẹn. Không biết cha lượm ở đâu đó mang về kê bên cửa sổ có cái rèm bằng vải bao cát màu xanh nhà binh. Bất cẩn, ngồi có thể lọt đít xuống đất. Chú Chín nằm dựa trong một cái, hai chân gác lên cái kia. Chú để cuốn sách xuống, không nhìn thẳng vào ai:

- Trung thần thì đời nào cũng hiếm như lá mùa thu!

Tôi không biết mẹ kể chuyện đời xưa hay nói chuyện đời nay:

- Nhưng mà rồi hầu như người lãnh đạo nào cũng thích nịnh!

Cha triết lý:

- Nắm quyền trong tay rồi trở nên đốn mạt! Nghe nịnh thần, giết tôi trung. Chính quyền hành làm biến chất con người!

Chú Chín bày tỏ:

- Người lập quốc bao giờ cũng anh hùng và bản lãnh. Cuối triều đại, toàn một lũ hèn! Vậy mới mất vào tay một người anh hùng khác. Em thích tư cách của Nguyễn Công Trứ. *"Tổ Quốc, Danh Dự, Trách Nhiệm."*

Cha nhận định:

- Đành rằng *"Tổ Quốc, Danh Dự, Trách Nhiệm"* nhưng Nguyễn Công Trứ có vẻ an phận với hệ thống đương quyền. Anh lại thích Quang Trung, Lê Lợi hơn!

Không biết chú có đồng ý nhưng không phản bác ý kiến của cha tôi. Mỗi người có sự lựa chọn cách sống và nhơn sanh quan riêng. Theo lời kể thì tôi cho là chú Chín có vẻ an phận, còn cha tôi mang trong người dòng máu nổi loạn. Chắc vì vậy mà thời gian trong tù cha tôi ở xà-lim nhiều hơn ở ngoài.

Mẹ tôi nhìn cha lại nói lạc đề:

- Đầu tháng làm thêm một vài món nữa cho nó màu mè!

Mẹ đập ba cái trứng vịt cho vô tô bột quậy sẵn, lấy đũa khuấy khuấy cho tan đều. Màu vàng đọt chuối nổi lên mặt tô. Một chốc nữa đây có cả cà chua xắt lát hô biến ba cái trứng vịt thành một chảo. Tôi hăm hở đòi giúp mẹ! Mẹ không cho, tôi tiu nghỉu trở lại chơi vòng vòng với mấy món đồ chơi vô giá như khúc gỗ thừa, miếng vải vụn, mấy trái banh tennis rụng lông, hay cái xe cũ con nhà giàu dạt ra. Cha tôi tay cầm cuốn sách, một tay nắm tay tôi. Hễ tôi đi đâu thì cha tôi lết lại giữ một khoảng cách chừng một thước, cố ý che nồi canh. Khi thấy an toàn, mới buông tay tôi ra.

Không cố ý, tôi tinh nghịch cầm cái bàn chải giặt đồ ném lọt vào soong canh. Cha tôi mãi mê đọc sách không hay biết. Chú Chín càng không để tâm. Mẹ mãi lo nấu nướng. Bà đang canh chừng cái bếp điện đang lãng công. Thế là thoát hiểm, tất cả mọi người không ai hay biết tôi vừa phạm phải một tội tày trời. Nhưng nghĩ cho cùng cái bàn chải giặt đồ cũng sạch chớ dơ dáy gì mà lo. Nhiều người hành khất hoặc con nít còn bốc đất cát bậy bạ ăn có sao đâu!

Chú Chín chợt phá tan bầu không khí:

- Lúc nầy tình hình có hơi găng! Sư đoàn yêu cầu tăng thêm phi hành đoàn biệt phái.

Cha tôi tiếp thêm:

- Hôm qua họp, mỗi tiểu khu cũng xin một chiếc.

Mẹ tôi hỏi:

- Biệt phái bao lâu?

- Nửa tháng. Luân phiên nhau.

- Chắc phi đoàn không để anh đi đâu! Gia đình lu bu mà!

- Đi thì lãnh lương sớm.

- Rồi cuối tháng làm sao?

Cha bối rối đành trả lời xuôi theo số phận:

- Trời sanh voi sanh cỏ lo gì em!

Rồi chừng như mẹ suy nghĩ, không nói gì. Và cha dắt tôi ra sau nhà như để tránh tình huống khó xử. Khoảng trống giữa nhà trên và cái bếp là giàn mướp. Nói thêm là cái nhà bếp nầy chẳng bao giờ dùng. Cha nói nhà giàu mới cần chớ mình đâu có cái gì. Đủ loại dây được cha giăng chẳng chịt, từ sợi dây điện thoại cũ đến kẽm gai, từ sợi dây bao bố tới dây thép niềng kiện hàng... cũng không khác cái giàn mướp ba mươi năm sau ở bên xứ Mỹ nầy là mấy!

Từ dưới nhìn lên không thấy được trời xanh, chỉ nghe tiếng phi cơ ù ù khi cất cánh hay đáp từ phi đạo hướng Đông. Trái lòng thòng ước chừng nếu tôi lớn chút nữa cũng có thể với tới. Cả nhà ăn thường xuyên mà chưa bao giờ biết ngán. Bữa đó cả nhà ăn uống ngon lành tới gần hết nồi canh mới lòi ra cái bàn chải. Chú Chín đã cố tình che tội cho tôi mới nói lảng sang chuyện "tình hình có hơi găng"!

Dưới giàn mướp đó, trong khi mẹ tôi giặt đồ, có khi tôi ngồi hàng giờ theo dõi đàn kiến làm việc. Chúng càng bận rộn và tất bật vào những hôm trở trời báo hiệu cơn giông bão gần kề. Từ chỗ nầy, tôi có thể nhìn ra khoảng trống giữa hai dải nhà đợi cha đi bay về. Cũng từ chỗ tráng xi-măng làm sàn nước bước ra bên ngoài một chút là đụng cây trứng cá. Mỗi khi chú Chín về thường dắt tôi ra ngồi dưới bóng mát và hái trái cho tôi. Từ bụm nầy tới bụm khác những trái mọng đỏ ngọt lịm mà qua bên nầy tôi không thấy ở đâu có. Chú hát những bài tôi không hiểu nhưng những bài ca dao thì mẹ thường đọc và tôi muốn thuộc lòng.

Mẹ nói trong đám em, tức là các cô chú tôi, mẹ

tôi thương chú Chín nhứt. Chú nghệ sĩ và hiền queo. Người ngoài mới nhìn cho rằng chú khờ. Vậy mà chú không theo phe ông bà nội, và các cô khác, chĩa mũi dùi về phía mẹ, người ngoại đạo. Chú thông cảm tình cảnh của mẹ, vào thời buổi mà mọi người cứ nghĩ theo một chiều.

Không biết chú học đàn hồi nào mà một hôm đi phép chú vác cây đờn guitar về nhà. Rồi chú đệm cho cha mẹ tôi và cả cô Duyên hát nữa. Chú còn dạy tôi hát bài Học Sinh Hành Khúc bắt đầu bằng câu "Học sanh là người tổ quốc mong cho mai sau," mà sau nầy chẳng những tôi thuộc lòng còn hát đúng nhịp đúng giọng nữa. Hồi đó tôi hăm hở muốn lên sân khấu. Bây giờ thỉnh thoảng dạy con bé hát thì tôi lại muốn khóc!

Nhưng tới một ngày lúc tôi bảy tám tuổi thì chú không về nữa. Dĩ nhiên cha tôi buồn, nhưng tự nhiên cô Duyên khóc rưng rức ôm mẹ tôi cũng khóc như con nít. Tôi biết thêm một điều nữa trong cuộc sống là người lớn khóc cũng không khác con nít. Mẹ rủa mấy thằng gian ác sao thiên lôi không giết chết mà đi đánh lầm những người hiền. Mẹ giẫy giụa chửi trời đất gì bất công vậy? Bà nội tôi cho rằng mẹ tôi "sống không biết có thượng đế," hỗn hào với đấng thiêng liêng, đòi từ "dòng họ" nhà tôi. Cha tôi xin lỗi và năn nỉ bà nội. Một thời gian sau nội mới quên. Mà không tha cũng không được, vì mẹ sanh thằng Dũng, cháu nội đích tôn, cho dòng họ. Còn chú Mười lúc còn đi học thì bị pháo kích vô trường chết hồi Mậu Thân rồi!

Ông bà chỉ còn cha tôi là con trai duy nhứt có thể nối dòng nối giống. Nhưng cha tôi không dễ dung hợp với ông bà như chú Chín. Trái lại, cha tôi tự nhận không bằng góc của chú, "ngu dại đút đầu vô ở tù còn tự nguyện khen lũ chúng nó khoan hồng nhân đạo"! Cha nói chú không chịu đầu hàng khi giặc tràn ngập đơn vị. Giặc bắt về trong xóm, đưa cái loa và biểu chú đọc tờ giấy viết sẵn kêu gọi đồng đội của chú buông súng, thì chúng sẽ thả. Trong cách bày tỏ thái độ, cha tôi nể và hãnh diện về chú. Cha nói chú làm Trung đội trưởng là cấp chỉ huy, không thể làm khác hơn được. Cha còn nói:

- Mặc dù bây giờ mình nghĩ vậy nhưng tới lúc đứng trước cái chết chắc mình có được cái dũng khí như chú hay không?

Bà nội mất con, trách chú Chín:

- Sao không đọc đại cho rồi?

Cha tôi nhỏ nhẹ:

- Má! Sao má nói như vậy?

- Người ta ai cũng biết mình bị bắt buộc mà!

- Đành rằng vậy, nhưng cấp chỉ huy phải giữ sĩ khí chớ nói như má sao được?

Cả nhà bàn là nên dắt con nít theo để họ dễ dãi. Thế là tôi theo bà nội với cô Út đi xe đò rồi lội bộ vô tận xã Trung Lập tìm xác chú mang về quê chôn. Ở đây, tôi không kể chuyện bà nội và cô Út bị du kích làm khó dễ và chọc ghẹo nham nhở trên đoạn đường nắng cháy vào hang cọp. Tôi được mang ra làm lá chắn đỡ đòn cho người lớn.

Xéo bên trong sát bìa khu rừng chồi, cái quán lá dã chiến xiêu vẹo có vài người ra vẻ nông dân quấn khăn rằn ở cổ. Khi bà nội tới ngã ba đầu làng thì không còn nhiều người bu xem như lúc ban sáng. Bên nầy ngã ba, đầu chú còn cắm trên cây đòn sóc, màu tím đen. Máu đã khô nhưng đôi mắt chú còn mở. Tôi nhớ đôi mắt chú thật hiền từ. Mỗi lần chú về thì thế nào cô Duyên, em của bác Thiết nhà kế bên, cũng sang chơi. Mẹ nói cô Duyên thích tánh nghệ sĩ của chú. Mắt chớp chớp, chú chỉ cười cười.

Bà nội khóc lóc thảm thiết:

- Con ơi con! Sao con đi trước má để tre phải khóc măng?

Đôi mắt hiền từ ấy nhìn bà nội và nhìn tôi nhưng chú Chín không trả lời. Đôi mắt hiền từ ấy vĩnh viễn nhìn tôi suốt cuộc đời. Hồi đó tôi không khóc nhưng bây giờ thì tôi không cầm được nước mắt.

Bà nội kể lể có dây có nhợ:

- Đâu có ai bắt con đi lính. Con còn học đại học được hoãn dịch gia cảnh mà! Con hứa với má sang năm cưới vợ cho má có cháu nội bồng. Tụi nó viết cái gì kệ mẹ nó, sao con không đọc đại cho rồi? Để tụi nó giết con một cách tàn ác thất nhơn sát đức như vầy? Trong nầy dân đang sống yên ổn làm ăn, tự nhiên nổi lên làm giặc giết hại đồng bào....

Trong lúc cô Út đang trong quán dã chiến năn nỉ hai ông cách mạng khăn rằn, bà nội vừa khóc kể vừa nhào tới cây đòn sóc đang bêu đầu chú Chín thì một tiếng nổ ầm vang lên. Bụi đất bay mịt mù. Tiếng chửi rủa cách mạng im bặt. Thân bà nội quỵ xuống. Cô Út chạy ra khóc tiếp. Vài người dân nói cách mạng tính dụ lính ở ngoài vô lấy xác chú thì hốt trọn ổ, không ngờ là bà già phản động! Cách mạng đã thành công mỹ mãn, nên thông cảm cho cô Út mang xác bà nội và chú Chín về. Trong vài ba ngày cách mạng chẳng những giết tên ngoan cố làm gương, mà còn giết luôn bà mẹ đã đẻ ra và nuôi nấng tên "ngụy quân" lớn lên chống phá cách mạng!

Nói tới cách mạng thì tôi sợ lắm. Cách mạng giết chú Chín, bà nội, và chú Mười tôi. Cách mạng pháo kích, gài lựu đạn, giựt mìn xe đò.... Cách mạng chặt đầu bác chín Đậu hồi trước theo cách mạng, và cắt cổ ông trưởng ấp Chư ở quê nội. Lúc cách mạng về, tôi đúng mười tuổi. Cách mạng bắt cha tôi đi ở tù trong khi cha tôi đâu có làm gì phạm pháp. Cách mạng tịch thu nhà in của cô tôi, và lấy trường tư thục của ông nội. Cách mạng lấy nhà đuổi gia đình cô ra ngoài đường, và bắt dượng bỏ tù về tội tư sản. Ai có chút ít tài sản cũng đều bị cách mạng cho ở tù, và đuổi vợ con đi lên vùng kinh tế mới sống với sốt rét và chơi với khỉ. Cách mạng bảo toàn dân phải lao động chân tay cho dù cô tôi học ngành quản trị.

Hồi xưa tôi ghét tất cả mọi người bên nội, vì họ hành tỏi với mẹ tôi. Chỉ mình cha tôi thỉnh thoảng về thăm. Mà tuyệt nhiên không nghe cha đá động gì đến chuyện nhà bên nội. Đôi khi ông bà nội và các cô cũng thương hại dấm dúi chút ít tiền nhưng cha tôi không lấy. Tôi nghĩ chắc tại cha tôi giận ông bà mà không nói ra. Có những chuyện mãi sau nầy tôi mới nghe kể lại. Cha tôi vẫn thường mượn nợ bạn bè hoặc lãnh lương sớm. Từ ngày đổi đời, phía bên nội có vẻ xét lại cách đối xử với mẹ tôi. Nhưng mẹ tôi tuyệt nhiên không nhận sự giúp đỡ trong suốt thời gian cha tôi ở tù. Mẹ nói đó là lòng tự trọng!

Chỉ trừ cha tôi, mẹ và chúng tôi chỉ về quê nội hai lần duy nhứt: Đó là ngày đưa bà và chú Chín về nơi an nghỉ cuối cùng trong khu vườn hương hỏa, và ngày ông tôi qua đời. Lúc gần nhắm mắt, ông nội rưng rưng nắm tay mẹ tôi. Lúc ấy, mẹ tôi cũng muốn khóc. Ông cũng thương và thông cảm mẹ tôi, nhưng chắc ông hơi lép vế với bà nội. Tôi muốn tánh cha tôi như ông nội mà không được!

Tất cả ngày càng mờ dần qua lớp bụi thời gian. Tôi không còn hình dung được dáng dấp của ông bà nội, nhưng lúc người bà nội tôi quỳ xuống và cái đầu với đôi mắt hiền từ của chú Chín bêu trên cây đòn sóc cắm tại ngã ba đường đầu làng Trung Lập vẫn ám ảnh tôi. Nồi canh mướp mồng tơi có cái bàn chải giặt đồ cùng với cây đàn guitar, nốt ruồi, cô Duyên... là một phần đời không thể tách rời của tôi. Và bài hát Học Sinh Hành Khúc vẫn còn vang dội trong tôi như tiếng nhạc thúc quân. Và theo thời gian, trái lại, tất cả ngày càng hiện rõ trong tôi như một niềm ân hận, một sự thổn thức. Tôi cứ nghĩ trong lòng chắc tới chết tôi cũng không quên nhiều kỷ niệm với một người thân mà tôi cho là một đấng anh hùng, ít nhứt đối với cha tôi và đối với tôi!

■ *nhuận sắc 231229*

kể chuyện việt nam

Một ngày hạ tuần tháng Tám trời hơi âm u dù còn khoảng một tháng nữa mới vào Thu. Không khí tương đối mát mẻ. Mưa lất phất nhỏ hạt chỉ đủ ướt lớp áo ngoài khi đứng ngoài trời năm mười phút. Trong quán café, sau đợt ồ ạt ban đầu vào ngày khai trương, còn lại dăm khách quen. Một người trên dưới bốn mươi lăm tuổi có vẻ đầu đàn vì nghe mấy bạn trẻ khác gọi ông ta bằng chú. Người thứ hai là một thanh niên ngoài ba mươi tuổi có ngành nghề vững chắc, hiện đang làm cho một trong ba hãng xe hơi lớn nhứt nước Mỹ và có thể cả thế giới. Và người thứ ba cũng ngoài ba mươi không được coi là thành công ở Mỹ vì đã bỏ học ngang khi chưa xong trung học nhưng có vợ bên Việt Nam nên lâu lâu lại phải về ủy lạo bà xã.

Cả ba, kẻ trước người sau, đều vượt biên tìm vùng đất hứa. Trong quán lúc nầy còn một người nữa nếu không kể thì là một thiếu sót. Ông già hom hem hốc hác trông dáng như người tiền sử đang ngồi ở bàn bên thỉnh thoảng góp ý hoặc hỏi một vài điều như để xác minh những điều mình nghĩ. Dáng dấp nhỏ con, nét mặt u buồn có vẻ già trước tuổi: năm mươi bảy mà tưởng chừng như bảy mươi lăm! Ông âm thầm như một người kéo màn sân khấu. Người ngoài nhìn vào tưởng ông đang chăm chú đọc báo vì ông không có vẻ gì theo dõi câu chuyện trà dư tửu hậu của ba người kia.

Trung tâm của cuộc hội thảo bàn tròn nầy là người đàn ông đầu đàn mấp mé bước vào tuổi xế bóng, nhưng chưa có vẻ gì bị lão hóa như những ông cụ non khác. Chú Năm Cà biệt tăm mấy tháng mới thấy xuất hiện. Mà mỗi lần chú xuất hiện thì đám trẻ bu quanh như báo chí phỏng vấn phi hành gia đầu tiên bay vào vũ trụ. Đa số muốn thỏa mãn hàm thụ cái bản năng sanh lý của người thanh niên độc thân sung sức. Nhưng có người chỉ vì tò mò muốn biết sau thời gian mình rời Việt Nam, bên đó trình độ ăn chơi tiến bộ tới đâu và từng lớp tiên phong của cuộc cách mạng vô sản làm chủ được những gì rồi.

Sau khi chánh phủ Huê Kỳ nối lại bang giao với Việt Nam, chú Năm là sứ giả, là nhịp cầu nối liền giữa hai nước qua Thái Bình Dương. Chú chỉ liều mạng đi ghe một lần duy nhứt rồi thôi. Sau đó, bằng máy bay an toàn tới chín mươi chín phần trăm, chú đi đi về về như đi chợ. Không ai có thể đếm được từ hồi vượt biên qua đây tới giờ chú đi du lịch đến lần thứ mấy. Thậm chí vào biến cố Trần Trường bùng nổ dữ dội và sau vụ khủng bố 911 chánh phủ áp dụng biện pháp an ninh gắt gao, chú cũng không quan tâm. Riết thành quen. Hễ vắng mặt chú thì y như rằng đám thanh niên biết chú đang du hí bên quê nhà, nơi hồi ra đi chú thề bán sống bán chết sẽ không trở lại nếu chưa đổi đời. Chú rành về hãng máy bay cũng như giá cả đến đỗi người ta nghĩ rằng chú có thể điều hành một trung tâm du lịch.

Vừa sà vào cái bàn vuông mặt mica bốn góc bầu, đối diện với chú Năm và anh Thanh ngồi bên trái, anh Mạng chụp gói thuốc lấy một điếu gắn lên môi chưa kịp đốt, nôn nóng cười mở đầu:

- Chú Năm! Báo cáo công tác coi. Có họp với bộ chánh trị không?

Chú Năm không trả lời anh Mạng vì còn bị ám ảnh bởi tình huống ngỡ ngàng khi từ Việt Nam trở qua ngay lúc vừa bước chưn vào tổ ấm gia đình. Số nhà vẫn như trước, và đồ đạc vẫn như cũ, nhưng cách trang trí khác hoàn toàn. Anh Tứ bảo:

- Cô Năm đã bán nhà cho vợ chồng cháu rồi.

Chú Năm Cà từ trên trời rớt xuống:

- Bán... bán... bán nhà? Cô Năm... Năm đâu?

- Cháu không biết. Nghe nói cô đi xuyên bang, không để lại địa chỉ và số phone.

Bấy giờ chú Năm ú ớ rồi lịm người đi. Chú đáp xuống phi trường thì một đệ tử khác đón. Mà chú thì vô tâm không để ý, cứ nghĩ tại cô mãi lo đếm tiền. Cũng không sao. Cô bây giờ đâu còn nên cơm cháo gì nữa. Có cần kiệm như thế thì mới đủ tiền cho chú đều đều về thăm quê hương và bà sui chuyền láng mướt!

Lúc đi du lịch, chú dự định chừng một tháng sẽ về cày tiếp, nhưng chú lại không đành bỏ dở cuộc chơi. Cô Năm không còn cằn nhằn như lúc trước, lại đổi thái độ hòa nhã dễ thương. Chú muốn khi thì năm nghìn lúc thì ba ngàn, cô cũng sẵn sàng gởi cho chú xài thoải mái. Cô Năm còn dặn:

- Anh cứ ở chơi chừng nào chán rồi về. Cần tiền thì bảo em gởi.

Chú Năm mở cờ trong bụng, vẫn quen thói đẩy đưa:

- Anh còn bận ít công việc nữa. Xong anh sẽ rán về sớm với em!

Tiền chùa mà, không xài cũng uổng. Năm nào mà cô không lãnh tiền chánh phủ cho vì nhà nghèo mà phải nuôi con nhỏ. Các em còn được hưởng MediCaid trả tiền bác sĩ và thuốc men. Cô khi đau yếu hay bầu bì vẫn xin được chữa miễn phí. Chú tự mãn bà xã không bao giờ sang sông được vì chú có ngón nghề trị đàn bà! Bấy giờ chú mới nhớ lại thời gian sau nầy khi còn ở Việt Nam gọi điện thoại về không gặp cô nữa mà toàn nói chuyện với thằng Tứ, người đệ tử vẫn ở trọ nhà chú bấy lâu nay. Cô Thủy, vị hôn thê của anh Tứ, lúc đó đang ở một nhà khác với đám bạn bè vì cô Năm tin dị đoan không cho ở chung.

Chú Năm lắc đầu:

- Trớt quớt hết ráo còn con mẹ gì nữa mà hỏi!

- Trớt quớt là sao?

Hai người bạn trẻ chăm chú. Ông già tiền sử ngồi bàn bên bỏ tờ báo xuống, ngó qua. Không khí căng như đang đợi trái banh hãm thành trong trận chung kết giải Túc cầu Thế giới, hoặc đợi nghe xổ lô độc đắc 235 triệu đô-la. Người ta nghe được tiếng hát của Nhật Trường nho nhỏ mà nãy giờ không ai quan tâm. Như không có vẻ gì giận hờn cô Năm, chú tiếp:

- Bả bỏ đi rồi. Thôi kệ! Lại làm lại từ đầu.

Cả ba người đều chưng hửng. Ông trời bày chi thêm chuyện oái oăm. Không cần những tin giựt gân thì chú Năm Cà cũng dư đề tài hấp dẫn để kể cho tụi trẻ nghe mà. Mọi người thông cảm và chia xẻ nỗi khổ tâm với chú nhưng chú có vẻ bình thản và an phận:

- Bất quá như mới vượt biên qua đây thôi.

Ngừng một lát chú Năm lại cười hề hề xổ nho:

- Hồi đó mình cũng chỉ có cái quần xà lỏn và con cặc không!

Hai mươi năm về trước, vào một ngày sóng yên biển lặng cuối mùa trăng, bỏ vợ ở lại với đứa con còn ẵm ngửa, chú Năm cùng với một số bạn ghe giả dạng đi biển như thường lệ đã giương buồm ra khơi suôn sẻ. Vốn là một thuyền nhơn nhà nghề, chú Năm tướng tá phương phi nhưng nhan sắc không được thanh tú cho lắm. Vào thời buổi chiến tranh gay cấn nhứt chắc chắn không binh chủng nào dám chê. Nhưng mà chú được miễn dịch gia cảnh "con độc nhứt còn lại trong gia đình có cha mẹ già trên 60 tuổi" nên chưa biết đoạn đường chiến binh và huấn nhục là gì. Nói vậy không phải chú không biết nhiều về võ khí. Chú rành súng đạn của cả hai bên quốc gia và cộng sản vì quê quán chú thuộc vùng xôi đậu thời trước 1975.

Tuổi tác xem ra nửa chừng xuân và tánh tình trẻ trung như vậy nhưng thật ra thì chú đúng bốn mươi tám tuổi ta. Không biết có phải tại chú tuổi Mùi - Ất Mùi sanh năm 1955 - mà người ta nói chú dê hay không. Thực tế thì dù có không ưa chú, ai cũng công nhận chú có số đào hoa. Chỉ phải cái tội hơi cà lăm, nhưng các bạn trẻ lại thích nghe chuyện con cà con kê vì cách kể chuyện của chú có vẻ thiệt thà và bình dân:

- Quê tao chó ăn đá gà ăn muối. Mấy cái... thằng đi làm cộng... cộng sản còn sống sót bây giờ làm ông cố nội người ta!

Một anh bạn nhái giọng:

- Có... có phải chú đang nói về quê Quảng... Quảng Ngơ... ỡ... Ngỡ đấy không chú?

Chú Năm cũng không tự ái:

- Tụi mầy... mầy đừng khi dể dân Quảng Ngãi nghe mậy! Quốc gia cộng sản gì cũng có nhiều người làm lớn.

Lần đi du lịch kỳ trước, chú đã lặn lội về tận nơi chôn nhau cắt rún, cũng là nơi trước khi vượt biên chú đã thề sẽ không bao giờ trở lại. Đứng bên lề cuộc chiến, chú từng nghĩ rằng ai thắng cũng chẳng ảnh hưởng gì tới mình. *"Thằng nào làm cha cũng được. Mình làm dân thì ăn thua gì."* Nhưng chú cho rằng cuộc đổi đời cay đắng quá, có vẻ hơi bực:

- Tụi nó nhà cao cửa rộng, đất cát ruộng vườn mênh mông. Già khú đế mà cũng bày đặt vợ bé vợ mọn!

Anh Mạng hứng thú cười ồ lên:

- Vụ nầy để tụi nhỏ lo.

- Ờ!

Chú Năm lại cười tiếp:

- Ăn củ mì thấy bà nội làm sao mà lo cái vụ đó cho nổi? Chẳng lẽ để Việt kiều? Hồi trước có nghèo mà còn đỡ đỡ. Không đến nỗi ăn bo bo, củ mì, xơ mít.

Anh Mạng biểu đồng tình:

- Nhiều người lớn cũng nói vậy chớ tụi tui mới đẻ hồi 70 thì biết con mẹ gì!

Anh Thanh xen vào:

- Còn mấy ông cải tạo?

- Đám theo quốc gia thì hoặc bị xử tử hồi tụi nó về hoặc dzọt đi đâu mất hết. Còn lính tráng thì ngóc đầu không lên.

Không khí bỗng chìm trong yên lặng. Anh Mạng hơi khựng lại đôi chút vì nhớ tới cảnh theo mẹ thăm nuôi ông già đi cải tạo tận miền Trung. Anh Thanh chia xẻ với anh Mạng cảnh lội suối trèo đèo khuân vác, ngủ gà ngủ gật trên xe lửa mà phải ôm chặt bao đồ như sợ mất. Ra tới trại vì hết giờ thăm nuôi phải ngủ lại với muỗi núi và bầy chuột ghẻ tại nhà khách một đêm với sự chăm sóc tận tình của lũ bạn dân bò vàng đối với những gia đình có các cô con gái trẻ.

Đợi mãi tới trưa ngày hôm sau mới được gặp ông già không-giống-ba-mình chỉ có một tiếng đồng hồ dưới sự giám sát của một tên cán bộ công an ngồi ở đầu bàn.

Các ông con nít ngồi đối diện qua cái bàn rưng rưng nước mắt hỏi:

- Ba khỏe hôn?

Ông già trả bài:

- Khỏe. Ở đây được cách mạng cho ăn uống đầy đủ và đối xử tử tế!

Các ông con ngây thơ:

- Ăn uống đầy đủ sao ốm nhom vậy?

Anh cán bộ lườm mấy đứa nhỏ rồi đảo mắt qua ông già cải tạo. Ông già bối rối làm thinh. Theo câu chuyện của ông già thì gia đình ở ngoài khỏi lo gì cho ông vì đã có cách mạng lo hết rồi. Các ông từng chống phá cách mạng và có nợ máu với nhơn dân nhưng cách mạng chẳng những khoan hồng mà còn dạy cách lao động để mai mốt về làm người lương thiện. Nghĩa là cải tạo chỉ mất tự do thôi chớ ngoài ra ăn uống đầy đủ và sống sung sướng lắm!

Sau nầy mấy ông con mới từ từ biết sự thật qua lời kể của những người về trước, như chợt nhớ ra những bức thơ với nội dung y hệt nếu đem so của người nầy với người kia. Sau một vài câu hỏi thăm sức khoẻ rồi kế đó là một cái danh sách thức ăn giống như thực đơn của nhà hàng. Chỉ khác là những món ông già xin tầm thường như muối sả, muối ớt, mắm ruốc, gạo sấy, cốm giẹp....

Anh Mạng kể lể:

- Ông già tôi hồi đó chỉ là thầy giáo mà cũng phải đi cải tạo.

Anh Thanh thắc mắc:

- Thầy giáo sao cải tạo?

- Họ buộc tội là làm CIA cho Mỹ. Ổng chỉ học không biết mấy tháng ở quân trường rồi cho trở về trường dạy lại.

Chú Năm quả quyết:

- Vậy là ba mầy giáo chức biệt phái. Sách của mấy ổng là sách của Tào Tháo.

- Sách của Tào Tháo là sao chú Năm?

- Thà giết lầm hơn bỏ sót. Hễ ai dính líu với chánh quyền cũ thì hốt hết. Thầy tu còn phải đi cải tạo thì tụi bây nghĩ họ còn chừa ai? Thôi chuyện dài xã hội chủ nghĩa nói hoài không hết.

Chú Năm đổi sang đề tài êm dịu. Nghề của chú là chuyển mục khi chú bí hoặc khi câu chuyện mất vui. Theo chú Năm thì quán café ở đây không trang trí giống như bên mình. Nó có vẻ lộ thiên và đơn giản quá. Người ngồi bàn nầy không để ý cũng có thể biết bàn bên đang làm gì. Bên mình thì riêng biệt hơn, và đèn mờ mờ ảo ảo có vẻ lãng mạn. Quán như vậy mới thích hợp cho các cặp tình nhơn. Những khúc nhạc tình rỉ rả từ nhiều cái loa thiết kế trên trần hoặc built-in trong vách tường chỉ nghe văng vẳng.

Chú Năm kể:

- Nhưng người ta vô đó đâu phải để nghe nhạc. Nhạc thì ở nhà nghe cũng được chớ mắc mớ gì vô đó làm chi cho tốn tiền?

Anh Mạng gài:

- Chớ vô đó làm gì?

Chú Năm thẳng thừng:

- Có đào thì xào khô. Dân cu-ki thì tìm chút chất tươi rửa mắt. Chịu không nổi thì tới luôn!

- Quán nào cũng có?

- Còn phải hỏi!

Chú Năm nhướng đôi mắt một mí nhìn bức tranh The Kissing của Klimt - không biết họa sĩ Klimt là tên nào - treo trên tường đối diện, cạnh cửa vào quầy tính tiền:

- Hôm về định cho con ghệ cũ rước.

Anh Mạng hỏi:

- Rồi có rước hôn?

Chú Năm:

- Nó đang làm ở Nghệ An không rước được. Với hơn nữa đứa con gái biết tao về sợ bể. Rồi cuối cùng bà sui rước.

Anh Mạng ngạc nhiên:

- Bà sui?

- Ờ! Sui chuyền.

- Sui chuyền là sao, chú?

- Sui của sui.

Anh Mạng cười:

- Chú coi vậy mà gian ác!

Chú Năm không cảm thấy bị xúc phạm, kể luôn:

- Bả năm mươi mà còn mướt lắm.

- Rồi có gì hôn?

Chú Năm cười thỏa mãn.

- Văn nghệ văn gừng chút chút.

Anh Mạng chĩa thêm một điếu thuốc, bật quẹt gas:

- Còn ông sui thì sao?

- Ông sui đâu... đâu còn. Chồng bả đi bán muối lâu rồi!

Chưa kịp bỏ hộp quẹt, anh Mạng đập hai tay xuống bàn nghe đánh cụp một tiếng, cười lớn:

- Hèn chi! Chớ tưởng chú gan cóc tía.

Chú Năm bình giảng:

- Có uống thuốc liều cũng không dám. Bả là cán ngố cán gộc nhưng trước giờ bả chỉ biết thiên đường bánh vẽ xã hội chủ nghĩa chớ đâu biết thiên đường hạ giới là gì. Tao cho bả lên tới mây xanh, quên bác quên đảng! Mầy có hỏi tên cũng không biết luôn!

Anh Mạng cười thích thú:

- Chú không hỏi thì thôi chớ ai đâu đó mà hỏi.

Anh Thanh phụ họa:

- Lần nào về chú cũng có hàng mới!

- Của trời cho không lo cũng uổng. Quốc doanh mà!

- Ban đầu tao chỉ đẩy đưa chơi chơi. Chỗ sui gia mình đâu dám sàm sỡ.

- Không ngờ bả tới luôn hả?

Không trả lời anh Mạng, nhìn quanh quán café như để ước chừng, chú Năm so sánh:

- Mẹ! Cái nhà bả ở bằng mười của mình bên nầy. Mà không phải một cái! Cái gì mình có là ở bển có. Thậm chí có những cái mà mình không biết là cái gì!

Anh Mạng dường như cảm thấy nếu không kể thì người ta không biết mình đã từng về Việt Nam ăn chơi:

- Lúc về bển tôi ở khách sạn Tự Do. Đã không chịu được!

- Năm sao mà. Hồi vô Sài Gòn tao cũng có ở một đêm.

- Sao chỉ có một đêm?

- Sau đó ở nhà con gái và ở với ghệ.

- Cơm no bò cỡi há!

- Mẹ! Việt kiều mà! Phải tính toán chớ. Chớ hai ba trăm một đêm làm sao chịu nổi?

Rồi mỗi người nói một câu làm ông già tiền sử không phân biệt của ai là của ai:

- Tiền nào của nấy mà.

- Từ năm chục tới ba trăm.

- Dành cho khách ngoại quốc. Mình chỉ thử cho biết thôi.

- Để tiền chơi với ghệ không lợi hơn à?!

Anh Mạng:

- Hồ hạng xúp-pe. Nước trong xanh. Chú có tắm hôn?

Chú Năm Cà:

- Mẹ. Tao chỉ biết lội sông lội suối thì xuống đó làm gì cho quê.

Anh Mạng nuốt nước miếng:

- Không tắm thì rửa mắt.

Chú Năm nghe chừng mệt mỏi:

- Nhìn muốn đui mà rửa cái gì nữa!

Dư vị lần trước vẫn còn, anh Mạng như chợt trở thành nghệ sĩ:

- Ở phòng tuốt trên cao nhìn xuống mới thấy Sài Gòn tuyệt đẹp.

Nhưng chú Năm Cà thô lỗ:

- Đâu có quởn mà nhìn cảnh Sài Gòn.

- Rồi chú định chừng nào về nữa?

- Từ từ đã. Để thở đã chứ.

- Tiệm chú lúc nầy ra sao?

- Bà xã bán rồi còn gì nữa.

- Tiệm ngon lành quá mà!

- Vậy mới nói.

- Còn nhà?

- Cũng bán luôn.

- Vậy là mất cả chì lẫn chài hả?

- Hồi nãy tao đã nói với tụi bây là trớt quớt hết trơn rồi mà!

Nhưng như có vẻ tiếc nuối, chú Năm Cà xoay xoay con cờ tướng trong tay. Một lát chú chớp mắt:

- Nhớ hồi trước dũa từ sáng tới tối, không có thì giờ ăn. Tối về chỉ đếm tiền cũng đủ mệt!

- Vụ khủng bố không ảnh hưởng gì à?

- Kinh tế suy sụp ở đâu chớ đâu có ăn thua gì Mỹ đen. Ai thất nghiệp thì thất nghiệp; ai lãnh queo-phe thì vẫn lãnh mà.

Chợt chú nổi cơn điên chửi thề:

- Đm. Tao mà nó cũng không cho làm.

- Nó nào?

- Đệ tử tao.

- Đệ tử nào?

- Thằng Tứ tao cho se phòng và làm cho tiệm tao đó. Tao đi bả bán nhà, bán luôn tiệm cho nó. Bây giờ tao muối mặt xin làm lại cho nó mà nó cũng không cho! Nó nói tiệm cháu đủ thợ rồi!

Có lẽ các đệ tử phải xét lại bài học của sư phụ truyền dạy bấy lâu nay. Tụi nhỏ học của chú Năm cái bí quyết là phải để cho các bà xã bận bịu suốt ngày thì họ sẽ không có thì giờ nghĩ tầm bậy. Nhiều người áp dụng chiêu nầy báo cáo toàn thắng một trăm phần trăm. Và chú Năm từng hãnh diện về điều nầy:

- Mẹ! Tụi bây chơi sách cộng sản là ăn tiền: bóp rồi thả, xiết rồi nới. Bả có bận thì mình mới rảnh được, chớ nếu bả rảnh thì bả hay kiếm chuyện hành mình!

Hễ có dịp chú Năm không quên huấn luyện nghề trị đàn bà cho đám trẻ:

- Tụi bây thấy hôn? Chuyện gia đình thằng Hạp, thằng Tiến, thằng Hai... chớ chẳng ai xa lạ. Tụi nó cưng chiều vợ như trứng mỏng, không cho làm động móng tay. Cái gì cũng gánh gồng cho con vợ. Đàn bà ở không khổng được đâu. Cuối cùng con vợ nó sang... sang sông cái vù!

Chú Năm thường liệt kê tên tuổi những anh tiền rừng bạc biển bị vợ bỏ làm thí dụ điển hình khi nói chuyện kinh nghiệm cuộc sống vợ chồng với hậu bối. Chú Năm đưa hai bàn tay ra dấu:

- Cái vụ nầy mới thật quan trọng!

Anh Mạng chưa lập gia đình và anh Thanh có vợ bên Việt Nam lâu lâu mới về chưa vui kịp có đâu xào xáo nên chưa có kinh nghiệm nầy nhưng cùng có một ý nghĩ là chú Năm quả là tay giang hồ lão luyện. Mơ màng thâm cung một thiên đường hạ giới xã hội chủ nghĩa và bà sui chuyền láng mướt, chú Năm Cà tâm sự thêm:

- Bả biểu lần sau về lấy địa chỉ nhà bả không thằng nào dám đụng tới.

Anh Mạng vuốt:

- Ờ về bến có gốc gác cũng đỡ lắm.

Dù anh Thanh chưa bị làm khó dễ, nhưng không phải là không có người gặp chuyện phiền hà. Nói chung chỉ là các ông đầy tớ nhơn dân muốn kiếm chác một bữa nhậu hay vài cây thuốc 555. Có người bị moi lại chuyện cũ từ bao nhiêu năm trước. Vượt biên thì có nhưng không hề có chuyện lừa gạt lấy vàng của người ta mà họ cũng dựng được. Cãi với ai đây? Tòa nào xử? Có người sau khi thương lượng, số tiền phạt từ mười ngàn được giảm xuống còn vài ngàn đô-la. Còn không mau gọi người nhà gởi về chuộc mạng! Vậy cũng là may mắn lắm rồi vì họ đang giữ sổ thông hành của mình. Còn nếu làm lì nằm vạ thì chỉ có nước bị đuổi hãng.

Anh Thanh ngứa miệng:

- Đm! Về Việt Nam cứ ở Sài Gòn và mấy thành phố lớn thì biết được cái gì? Tui đã lội về quê nội ở Long An. Te tưa thấy mà thương!

- Không ăn chơi thì về làm gì?

- Chuyện gia đình: Thân nhân ốm đau chết chóc. Kẹt lắm người ta mới về.

- Mấy thằng đó chỉ làm bộ. Thằng nào về mà không hưởng?

- Cũng tùy chớ chú. Chỉ có một hai ngàn mà

hưởng cái gì?

- Lúc tao về một trăm đổi được một triệu rưỡi năm mươi lăm ngàn. Chơi xả láng.

Anh Mạng thắc mắc:

- Tụi ngoại quốc xài tiền như nước. Làm sao mình chơi lại?

Chú Năm Cà nạt:

- Đm. Tranh với tụi nó làm gì? Mầy phải liệu cơm gắp mắm chớ!

Thích nghe chuyện chú kể nhưng đôi khi anh Thanh nhìn chú Năm thấy phát ghét. Cái mặt to bằng của người Mỹ 250 pounds, lại thêm rỗ chằng rỗ chịt. Chú kể hồi đó con nít cả xứ đạo bị trái giống mà chú còn sống sót được là nhờ ơn Chúa. Đi học thì tụi con nít mất dạy chế nhạo là lính Nhảy Dù nhảy trúng thùng đinh. Mãi lên tới trung học, tụi học trò nầy lâu lâu cũng gọi chú là lính Nhảy Dù.

Thi rớt Trung học Đệ Nhứt cấp thì gia đình biểu thôi đủ rồi, ở nhà đi ghe. Dù biết chữ nhưng cái khoản sách báo chú khỏi phải tốn một xu. Báo chùa chú cũng chẳng màng cầm tới. Anh Mạng cũng đồng quan điểm với chú Năm là không cần đọc báo vì "Tốn thì giờ và nhức đầu lắm."

Anh Thanh đùa:

- Tại chú qua Mỹ lâu quá nên quên chữ Việt.

Không tự ái, chú tiếp luôn:

- Còn tiếng Mỹ thì mình biết nó mà nó không

quen mình.

- Vậy sao chú làm neo được?

- Cấm đầu mà dũa cho nhanh thì giờ đâu mà nói? Tiếng Anh biết đếm từ một tới năm chục đủ tính tiền cũng được.

- Làm sao thi bằng?

- Mẹ. Dễ ợt. Mua giờ mướn tụi nó thi.

- Họ không xét ID sao?

- Mầy khờ quá! Tao hỏi mầy tại sao thằng Hải có hai cái bằng lái xe cùng một tiểu bang?

Anh Mạng cười cười đánh trống lảng và muốn khai thác thêm:

- Hỏi thiệt chú nghe: Có trả thù dân tộc không?

- Tại tụi đen nó tấn công mình trước.

- Chú không sợ ở tù sao?

Chú Năm cười:

- Hai bên đều có lợi mà!

Xong chú vỗ hai tay xuống vế cười ào ào:

- Mẹ. Làm sao chịu nổi? Chỉ có thánh. Mình làm mát-xa mà nó nắm tay mình bảo nắn bóp trên khỏi đầu gối nó mới phiu bé-đờ!

Nhiều người cứ thắc mắc không biết tại sao bộ mặt hãm tài như của chú Năm mà đàn bà con gái lại thích. Phải chi chú có học thức và nói năng hoạt bát lắm cho cam. Chú thuộc loại người quê mùa dùi đục chấm mắm nêm. Được cái là làm gì thì làm ngày

tiếng quê hương ■ 61

Chúa Nhựt chú cũng phải đi lễ nhà thờ và xưng tội. Chú tâm sự với đám trẻ là nhờ chú có niềm tin vững mạnh nên để bù lại những khiếm khuyết, trời cho chú được mạnh về đường sanh lý. Chú thường tự hào làm nên sự nghiệp cũng nhờ nó.

Còn cô Năm bị bịnh đàn bà mấy năm nay không còn hứng thú chuyện vợ chồng nữa. Chú vẫn thường chê bà xã không đáp ứng được, nên chú kiếm chuyện đi hoài. Cô Năm biết thân phận mình nên chỉ nhắn lấy lệ. Thành ra, chú hốt đô-la bên Mỹ khỏi đóng thuế mà về xài ở Việt Nam. Thật là vương giả. Việt kiều yêu nước sống toàn là nhứt dạ đế vương. Hầu như chỗ nào chú dừng chân cũng có để lại chút lưu tình. Anh Thanh nghĩ đấy cũng chỉ là chuyện thường thôi: Mang đô-la về xài ở một nước nổi tiếng nghèo đói. Đó là thành tích của những người mắc bịnh mau quên. *"Nếu không về Việt Nam được thì chú Năm chỉ có nước ở vá, suốt đời chẳng lấy vợ được!"* anh Thanh quả quyết như vậy.

Bấy lâu nay chú Năm Cà mải miết kiếm tiền và sống theo bản năng của loài động vật man sơ. Lần nầy chú Năm trở lại thì mọi chuyện đều đổi thay. Ngoài mặt chú vẫn cười cười nói nói nhưng trong lòng hình như đang có sự xét lại. Bình thường con người bị cuốn hút theo giòng xoáy không kịp nghĩ suy. Phải đợi một biến cố nào đó mới có thể làm thay đổi cuộc đời. Cú sốc nầy như một vùng sỏi đá đã làm chuyển hướng một dòng sông xuôi chảy.

Chú lại nhớ những biến cố xảy ra tại quê chú từ sau cuộc đình chiến trước cho tới cuộc đình chiến da beo. Lại nghĩ nhờ số mình hên nên phóng một lèo qua được bến bờ tự do. Còn bao nhiêu người khác vùi thây dưới lòng đại dương hay làm mồi cho thú rừng. Người anh cả chết trong trại cải tạo vì suy dinh dưỡng thiếu thuốc men thiếu ăn thiếu mặc... thiếu đủ thứ. Người anh kế bị cách mạng xử tử chỉ vì xăm mình chữ *Sát Cộng*. Ông chú linh mục bị cô lập, chú không được phép ghé thăm mỗi lần về quê. Sao bấy lâu nay chú quên?!

Chú Năm quay sang bàn bên với ông già tiền sử, hạ giọng:

- Anh Hai! Nhiều khi em nghĩ mình không phải là con người!

Trái với vẻ lầm lầm lì lì thường lệ, ông già tiền sử tự nhiên vui hẳn ra mặt. Bên kia bàn, ông ngẩng đầu lên nói vọng qua:

- Chú đừng quá bi quan và tự sỉ nhục mình như vậy!

Từ từ để tờ báo xuống, ông đứng dậy bước tới nhẹ nhàng ôm vai chú Năm, từ tốn:

- Chú biết nghĩ lại, qua mừng!

Anh Thanh nhìn ông già rồi hai người nhìn chú Năm.

ngôi trường

*(Thân tặng Tổ Quỷ
dạ Nam cầu Nhị Thiên Đường năm 1965)*

Đáp chuyến xe đò từ Cầu Nối, Cần Đước, Cần Giuộc, hoặc từ chợ Cầu Ông Thìn theo đường Liên tỉnh số 5 lên Chợ Lớn thì thế nào hành khách cũng có lúc tưởng chừng như mình đang đi vào chuồng vịt thì ắt biết ngay là sắp tới nơi. Từ ba năm nay tức là từ lúc Việt cộng nổi dậy phá phách và nhứt là vào thời gian nầy, sau khi qua khỏi Vựa Vịt, chỉ trừ xe nhà binh là được chạy luôn nhưng phải chậm chậm, tất cả xe đò đều phải đậu lại để hành khách xuống xe đi bộ theo lối nhỏ hai bên hàng rào kẽm gai qua trạm kiểm soát tại bót cảnh sát Bình Hưng.

Nhiều người than phiền:

- Khó gì mà khó dữ. Chỉ khó với dân. Sao không giỏi kiểm soát mấy ông Việt cộng?

Lại có người biết chuyện phân bua:

- Cũng tại mấy ông đàng trong xâm nhập. Mấy năm trước đây đâu có như vầy!

Tiếp tục cuộc hành trình qua chừng một dải phố đủ kiểu nhà hai bên đường chắc chắn một trăm phần trăm xe nào cũng đậu lại tại ngã tư Lộ Đỏ ngay dưới đường điện Đa nhim mới xây dựng còn dở dang đầu hướng Đông để xuống hàng hay bỏ khách. Tức thì tiếng ồn ào tứ phía vang lên: *"Tránh vô, tránh vô bà con ơi! Khóm đây, khóm đây. Bánh cam, bánh cam. Chuối chiên, chuối chiên đây chị Hai!"*

Không biết từ lúc nào, có lẽ từ lúc dân quê không ở yên với cách mạng đổ xô di tản lên vùng ngoại vi thành phố sanh sống, nơi đây trở thành một cái chợ chồm hổm cho dân nghèo vùng Bông Sao và Bình Hưng. Đây mới đúng là trung tâm điểm lý tưởng của xóm nghèo dạ Nam cầu Nhị Thiên Đường vì nếu đi chợ Bình Hưng thì phải qua Vựa Vịt hôi thối, đi chợ Xóm Củi hoặc chợ Phạm Thế Hiển phải tốn tiền xe lam, đi chợ Bình An phải ngược về hướng Tây và phải qua nhiều xóm Đạo.

Nói là chợ e có hơi quá đáng vì thực ra cái chợ lộ thiên nầy chỉ nhóm có mấy tiếng đồng hồ vào buổi sáng rồi tan. Tuy vậy, bữa nào mà đêm hôm trước trời mưa thì cóc nhái tôm tép bày bán đầy đường không còn một chỗ nào trống đến nỗi lơ xe phải xuống dẹp đường cho xe chạy.

Những buổi chợ thưa, xe đậu trờ tới khỏi ngã tư một chút, những người hành khách ngồi hàng ghế phía bên trái nếu hơi tò mò ắt thấy ngay cái bảng hiệu trường "Dân Tiến" còn khá mới dựng ngay trên mái lá một ngôi nhà lụp xụp giữa hai căn nhà khác biệt. Đường sơn nét vẽ cho biết ngôi trường sanh sau đẻ muộn tới nay chắc cũng chưa tròn năm. Phía bên phải ngôi trường là tòa nhà lầu ngay ngã tư được lợi thế ở hai mặt đường, gia đình chủ nhơn ở bên trên còn từng dưới làm quán cà-phê; căn nhà bên trái lợp tôn có nghèo hơn tiệm cà-phê một chút nhưng được cái là rộng hơn tức là chiếm hai lô đất.

Từ đây tới nhà trọ của đám học trò nghèo ngay dưới chưn cầu Nhị Thiên Đường không xa mấy, chỉ đi bộ không đầy năm phút, cho nên một hôm khi xe đậu lâu nóng ruột, Ngộ mang đôi dép cùn tay xách nách mang xuống xe vô quán cà-phê uống thử một ly trước khi về căn gác trọ.

Quán bình dân nhưng trông có vẻ hơi sang tại vì còn mới. Cách trang trí nhìn cũng đẹp mắt đối với những người dễ tánh như Ngộ. Quán nầy có một người con gái tuổi chừng mười lăm mười sáu, lúc đầu không dám nhìn như Ngộ sau nầy tiết lộ, đoán biết ngay là cô chủ qua cách nói năng và ăn mặc. Xin giải thích rõ hơn một chút ăn nói là ăn nói với người ta chớ không phải với anh chàng khờ!

Cô chủ còn nhỏ mới dậy thì đâu có gì đáng nói chỉ trừ đôi mắt thật to sáng như rau câu. Ngộ lén nhìn nhưng khi cô quay lại thì anh chàng nhìn đi chỗ khác vờ như không hay biết. Cô chủ bỏ mặc anh chàng khờ ngồi chơi một mình vào quầy làm chuyện riêng.

Có cái kiếng nhỏ nằm trên quầy. Không ai có thể biết cô học bài thật hay là viết nhựt ký đây, vậy mà Ngộ bị bắt quả tang nhìn trộm mấy lần! Và khi anh chàng khờ định về thì khuỵu chân không đứng dậy nổi!

Từ buổi đó về sau cứ mỗi lần cuối tuần về quê lên anh chàng khờ cố dành dụm tiện tặn chút ít tiền còm để giúp đỡ quán cà-phê vốn dĩ đã giàu sẵn trước khi đi qua cái cầu ba tấm bê-tông bắt qua con lạch nhỏ về căn nhà trọ dưới chưn cầu Nhị Thiên Đường.

Lúc gần bãi trường năm cuối ở Cần Giuộc, anh ba Xi chủ nhà trọ giới thiệu lũ học trò nghèo nàn - ngoan ngoãn - hiền lành - chất phác cho bà nhạc gia thì bà chấm ngay liền, bà nói:

- Sợ đám lạ chớ tụi bây tao cho liền.

Trong đám có đứa đánh liều nói đùa:

- Chưa chắc đâu bác Năm. Nhứt quỉ nhì ma thứ ba học trò mà!

- Có gì đó mà phá. Tụi bây ở coi nhà cho tao.

- Coi nhà cho bác, vậy là khỏi tính tiền!

Bà cười già lả:

- Hai chuyện đó khác nhau chớ! Sao tụi bây nhập làm một được?

Vậy là từ đầu năm học mới, nhà bà Năm là nơi ăn nhờ ở đậu của ba anh học trò nghèo nhà quê từ Đức Hòa xuống, từ Cần Đước và Long Hòa lên. Nhà không lớn lắm nhưng quá đủ cho ba anh chàng độc thân. Chỉ trừ phòng ngủ của bà, đám học trò toàn quyền xử dụng phòng khách, nhà dưới, bếp núc, sân trước, và ngay cả cái hành lang dọc theo con lạch buổi chiều ngồi uống cà-phê hút thuốc và ca hát!

Bà chủ nhà tuổi gần đất xa trời thường hay bỏ nhà đi chơi, nay thăm đứa con nầy, mai thăm đứa cháu nọ. Ngoài ra bà còn tới nhà bạn bè đánh tứ sắc, cho nên ngôi nhà dần dần trở thành một cái tổ quỷ: đồ đạc bừa bãi tứ tung: chén bát lên cả phòng khách, sách vở xuống tận bàn ăn, đồ gạt tàn thuốc nằm cả trên giường ngủ! Ăn trộm nếu có vô thì cũng không biết lối nào mà mò! Lâu lâu trở về bà quạt cho một trận rồi đâu lại vào đấy ngay sau khi bà bước chưn ra khỏi nhà.

Tức thì Đoàn Văn Ban, một người nhanh nhẹn mạnh dạn dám ăn nói nhứt, cười hà hà lập lại một câu "Như trên" rồi cả đám cười theo. Ông trời có lúc cũng công bình! Bù lại cái mặt mũi xấu trai của Ban là tánh nhanh nhẹn và tài ăn nói. Cái gì cũng nói được. Ở đâu và với ai nó cũng không ngán. Chắc nhờ nó học trường Sư Phạm mà có tài dụ con nít! Các cô gái nghe nó nói chuyện là quên giờ về nấu cơm hoặc cho heo ăn.

Trong khi nó nói, Ngộ không biết làm gì cho đỡ ngượng trước mặt đám con gái cứ quấn thuốc rê hút hoài bởi vì trong đám có cô thỉnh thoảng lại nhìn chàng cười. Anh chàng Ngộ chỉ xuất sắc có một điều là cao ráo đẹp trai nhưng lại nai nhứt. Khi được biết mộng của Ngộ là sau nầy làm luật sư, thì Ban phản đối ngay:

- Mầy khờ quá làm sao hành nghề luật sư cho được? Luật sư phải biết ăn nói đã đành mà còn phải biết nói ngược nói xuôi nữa!

- Sao lại nói ngược nói xuôi?

- Cùng một vụ án nếu bị đơn mướn mầy thì mầy chạy tội cho nó; còn nếu như nguyên đơn mướn thì mầy tìm mọi cách mọi bằng chứng để buộc tội, để giết nó. Hiểu hôn?

Nếu bỏ phần nhan sắc ra, Ngộ chỉ đáng làm đàn em không thể nào bì với hai đại ca về vấn đề xã giao ăn nói; mà trong vấn đề ăn nói, thì Đoàn Văn Ban ăn khách hơn vì có tính quần chúng. Phan Xích Long là một chánh trị gia cho nên không biết nói chuyện tào lao vì chưa bao giờ có được một kiến thức rộng rãi như Ban. Cũng vì vậy cho nên trong bộ ba thì Long được tôn làm quân sư quạt mo! Qua cuộc tuyển lựa thì: Đạo mạo: Phan Xích Long; Hoạt bát: Đoàn Văn Ban; Đẹp trai: Ngô Đình Ngộ.

Trong ba anh chàng khờ đó, chỉ có một chàng Phan Xích Long đạo mạo và cù lần nhứt lại tương đối kha khá nếu không muốn nói là có ăn có mặc nhờ bà mẹ buôn bán hàng bông cho nên vấn đề tiếp tế trội hơn những đứa khác. Bà mẹ dần dần cảm thấy sót ruột, bèn tìm cách đưa chàng Long đi ở chỗ khác cho đỡ tốn kém. Mặc dù phải vâng lời mẹ hiền vì không có một sự lựa chọn nào khác nhưng chàng Long vẫn nặng lòng với anh em nên bàn với mẹ là lấy cái trường Dân Tiến cho mấy đứa dạy đặng chia nhau gánh sở phí.

Thế là trường Dân Tiến đổi chủ và có một ban Giám học mới trẻ trung và nhiệt tình nhưng chưa một người nào có bằng Tú Tài đôi. Ngày bàn giao, các thầy chạy đôn chạy đáo mượn được cái bàn ủi than con gà. Thầy Đoàn Văn Ban tính lè phè cũng nói được một câu chí lý làm các thầy khác kể cả quân sư phải nghe:

- Học trò mặc sao cũng được nhưng làm thầy phải ăn mặc lịch sự. Nếu không thì phụ huynh học sanh người ta cười cho!

Các thầy bàn tính với nhau là không đi xe đạp vì đi xe đạp sẽ làm mất thể diện của cái nghề cao quý! Lại nữa khóa xe thì có vẻ ti tiện, mà không khóa thì lỡ đám thổi xế mượn tạm thì sức đâu mà đi bộ từ cầu Nhị Thiên Đường ra tới Phú Thọ, Ngã Bảy, hoặc trường Chu Văn An.

Ba thầy mặc quần tây xanh áo sơ mi trắng ủi thẳng thóm đi bộ xuống trường là một biến cố lớn làm cả xóm trầm trồ và đám con nít đổ xô ra xem. Các cô gái từ mười lăm cho tới hai mươi tuổi trong xóm được báo cáo ngay là các thầy đi nhận trường mới....

Dưới tàn cây điệp ta cằn cỗi trước sân trường, lũ học trò đang bắn bi, đánh đáo, nhảy lò cò bỗng nhiên khựng lại tò mò nhìn.

Có đứa la lớn:

- Các thầy mới tụi bây ơi!

Như được báo tin, một người đầu tóc bù xù, áo bỏ vô quần ống túm trông xốc xếch đúng thời trang 1965 ra mời khách và sau đó biểu học trò vô lớp. Nếu ông không tự nhận là chủ nhơn thì người ta có thể lầm tưởng ông là cu-li làm việc lặt vặt trong trường. Hóa ra ông cũng đã xong cái cử nhơn văn chương.

Nghe đồn là ông định về dưới Ngã tư Xoài Đôi mở một cái trường trung học vì dạy học trò lớn dễ hơn dạy con nít.

Các thầy tối mắt vì trong nhà không ánh sáng, sau vài giây phút mới nhận ra quả thực căn bản cũng giống lớp học nghĩa là cũng có bàn, có ghế, có bàn giáo viên và bảng đen, không có học cụ, tranh ảnh, hay cờ xí gì cả. Mười cái bàn đóng liền ghế ngồi cho học sanh sắp thành hai dãy chừa đủ một lối nhỏ ở giữa đi thẳng lên bàn giáo viên, phía sau là tấm bảng đen, cũng có thể không phải màu đen mà lại là một màu sậm cũng nên!

Sau khi ông chủ cũ nói vài lời bàn giao, thầy Hiệu trưởng mới Phan Xích Long đại diện Ban Giám học nói chuyện về tiền đồ tổ quốc, tương lai dân tộc, và mầm non đất nước với học sanh. Trong lúc thầy nói, chúng có vẻ im lặng chú ý nghe nhưng đánh ca rô, thọt lét, thúc cùi chỏ, dán giấy bậy bạ, cột đuôi đứa ngồi bàn trên.

Một mình thầy Long nói tưởng cũng quá đủ, các thầy khác không cần phải nói thêm nữa. Tới lúc bế mạc thầy Đoàn Văn Ban phải đánh thức hai đứa ngồi bàn cuối đang gục đầu ngủ đứng dậy đi về. Thấy thầy Ban và thầy Ngộ có vẻ hoang mang về ngôi trường mới, sau khi ông chủ cũ và lũ nhỏ ra về, thầy Long giải thích là thầy có đi xem trước nhưng thầy nghĩ là mình có thể hồi sanh và vực nó dậy trong một thời gian ngắn. Thầy an ủi anh em nên bền chí vì mình không còn con đường nào khác tốt hơn. Thầy tế nhị tuyệt nhiên không đá động gì tới chuyện tiền nong hai bác đã chi ra cho ngôi trường nầy.

Sáng ngày hôm sau thầy Ngộ đứng lớp học đầu tiên của ngôi trướng mới vì thầy học buổi chiều. Thầy vẫn mặc quần tây xanh và áo sơ mi trắng ngày hôm trước và thầy còn tiếp tục mặc thêm hai ngày nữa rồi sau đó mới giặt phơi khô xếp thẳng thóm để dưới gối đầu nằm, như vậy nó sẽ không bằng nhưng cũng gần như ủi! Sở dĩ thầy cẩn thận như vậy là vì tài sản của thầy chỉ có vậy thôi. Thực tế thì thầy còn một bộ nữa nhưng cũ hơn do một người anh bà con cho, theo như thầy kể, vì nó đã démodé anh ta không thích nữa. Đó là chưa kể chiếc xe đạp trâu già đã từng cùng thầy dọc ngang khắp vùng Long An, Bến Lức, Bình Chánh, và Chợ Lớn.

Thầy vẫn đi bộ ngang qua chùa Pháp Quang xuống trường và một vài cô gái trong xóm vẫn tò mò nhìn khi thầy ra khỏi nhà. Tự nhiên thầy thấy mạnh dạn và giơ tay lên chào giống như các ông diễn giả thường làm khi ra trước công chúng. Chắc thầy tự thấy rằng mình có phần trưởng thành, bây giờ nửa thầy giáo nửa học trò chớ không còn thơ sanh thuần túy nữa.

Nền đất ẩm thấp bốc lên một mùi mốc quyện chung vào mùi quần áo lũ học trò tạo thành một mùi khó chịu quen thuộc. Việc đầu tiên là thầy biểu tất cả lũ chúng xòe bàn tay xem thì đứa nào cũng rụt rè mắc cở vì không có đứa nào có được bàn tay ngòi viết của thơ sanh mà là bàn tay của những người lam lũ làm ăn, chai sần và đầy bụi đất bám vào móng.

Ngộ hỏi:

- Các em có học Vệ sanh thường thức hôn?

- Có.

- Có thì tại sao các em lại không rửa tay chưn cho sạch sẽ?

Đa số làm thinh. Thầy lập lại câu hỏi, mãi một lúc sau mới có đứa trả lời:

- Không đủ nước tắm!

Thầy đã nghèo mà học trò còn nghèo hơn! Trước khi điểm danh, Ngộ nói qua loa về cách ăn ở hợp vệ sanh nhưng thầy không dám chắc là chúng có thể làm được. Danh sách bàn giao là 38 nhưng bữa nay đi học thật sự chỉ có 21 đứa, ăn mặc đủ thứ quần áo và đủ thứ màu sắc khác nhau, và đặc biệt đủ mọi trình độ, từ lớp 1 cho tới lớp 3, không có đứa nào học lớp 4, lại có một vài đứa lớp 5. Học trò nhỏ các lớp 1, 2, 3 dốt không nói làm gì, các em lớp 5 không biết làm toán chia ba con và thậm chí không biết làm toán cộng trừ số lẻ. Những bài học về văn chương và lịch sử thì có vẻ hơi cao so với trình độ của chúng. Sau khi được báo cáo, thầy hiệu trưởng quyết định là phải cho chúng nó thi lại để sắp lớp.

Giờ chơi thầy Ngộ tò mò ra vườn sau. Mở cánh cửa gỗ phía bên tay phải bàn giáo viên là bước ngay lên cái sàn gỗ gập ghình đầy đất bụi thấy ngay cây chùm ruột sai trái từng xâu và phía bên kia là cây xoài cổ thụ của căn nhà ở lô sau. Nếu người nào có tật nhìn lên thì không thể nào thấy một vũng bùn lầy nước đọng phía dưới, rắn rết chuột bọ con gì cũng có như là cái sở thú nho nhỏ, chỉ khác một điều là không có các con thú lớn mà thôi!

Bên trong khung cửa sổ rèm xanh lợt căn nhà lầu kế bên thấp thoáng một tà áo trắng. Thầy nhìn lên chờ đợi. Vài sợi mây xuyên qua khe lá mơ màng hòa lẫn tiếng chim sâu ríu rít. Quả nhiên cô chủ hiện ra với vầng hào quang của nàng tiên như trong truyện cổ tích. Khi bốn mắt nhìn nhau, Ngộ đánh bạo cười và đưa tay vẫy. Cô chủ cũng cười đáp lại làm lồng ngực thầy như muốn vỡ tung. Cũng chưa ai nói với ai một lời!

Thầy Ngộ bàng hoàng trở về gác trọ. Các cô gái quanh nhà giờ đây trở nên nhỏ bé trong tầm mắt của thầy như ngồi trên phi cơ nhìn xuống. Lại phải học môn triết chiều nay với ông giáo già khó chịu. Tâm trí nào mà học được đây! Thầy như người mất hồn lú lẫn không biết phải làm cái gì, nhưng thầy thấy vui trong lòng như vừa tìm được kho tàng. Thầy tự an ủi là *"gia đình mình đâu có người nào mắc phải bịnh tâm thần!"*

Mặc cảm như vừa làm một điều gì sai trái và để tránh né cặp mắt dò xét ranh mảnh của thầy Ban, thầy Ngộ ngày hôm nay đi học sớm hơn mọi khi. Chưa vào lớp vội vì giờ nầy trong lớp Đệ Nhứt B2 nằm trên lầu nóng như cái lò, thầy nằm ngay trên bãi cỏ dưới gốc cây trước trường mặc người qua lại. Những sợi khói thuốc cuộn tròn quyện vào nhau tan nhanh vào trong tàn lá dưới vòm trời cao thăm thẳm. Chim chóc hót líu lo. Sao chúng biết thầy vui? Nhưng chúng có biết thầy đang nghĩ gì không? Cô chủ còn vị thành niên sao mà quyền lực đến như vậy! Tự nhiên sau ngày đứng lớp đầu tiên thầy trở nên siêng năng chăm sóc ngôi trường. Giờ nào rảnh thì thầy xuống trường không làm việc nầy thì làm chuyện nọ.

Tối lại thầy phải báo cáo tất cả mọi chuyện sanh hoạt của ngôi trường mới cho Ban Giám học, chỉ giấu có một điều bí mật nho nhỏ. Thầy hiệu trưởng ra chiều suy nghĩ. Kế hoạch đầu tiên là làm vệ sanh toàn bộ vào tối ngày hôm sau và người ủng hộ đầu tiên lại là thầy Ngộ, trái với thường lệ là thầy lúc nào cũng là người có ý kiến sau cùng. Kế hoạch thứ hai là Chủ Nhựt tuần tới tân trang lại ngôi trường bằng vật liệu sẵn có ở nhà. Hai thầy lớn chịu trách nhiệm lượm lặt vật liệu khả dụng và mang kềm búa đinh, còn thầy Ngộ thì làm cai vì không có gì để đóng góp! Nhà thầy ở vùng ruộng nước cho nên chưa bao giờ xài những loại vật liệu lỉnh kỉnh nầy.

Trước đây người ta có biết những công tác "địch vận," "dân vận," và "sanh viên vận"... nhưng thầy Ban lại đề nghị một kế hoạch mới nữa chưa từng nghe nói bao giờ, gọi là "Phụ Huynh Vận". Đó là công tác vận động cha mẹ học sanh hướng dẫn con em ăn mặc tắm rửa sạch sẽ và thời gian thi hành là giữa hai kế hoạch trên.

Ban công tác nầy do thầy Đoàn Văn Ban làm trưởng ban, thầy Phan Xích Long, phó trưởng ban, chỉ có một nhơn viên là thầy Ngô Đình Ngộ; các quý vị tự ý thức trách nhiệm thi hành ngoài giờ dạy và giờ đi học. Cuối buổi họp thầy Long tiết lộ như để khuyến khích là *"sau công tác mỹ mãn tất cả chúng ta đi nhà hàng."* Hỏi nhà hàng nào thì thầy Long cười, nói không biết tên, chỉ biết địa chỉ là 52 Đường Liên Tỉnh số 5.

Anh em biết là thầy nói chơi vì đó là căn nhà trọ, nhưng thầy lại thêm thực đơn:

- Tôm rim mặn ngọt với canh bí rợ nấu tôm khô.

Và trong lực lượng giáo viên hùng hậu nầy, tuy thầy Đoàn Văn Ban vốn dân quê vùng Đức Hòa chưn lấm tay bùn đang học nghề gõ đầu trẻ nhưng nom trí thức hơn hết nhờ cặp mắt kiếng trắng, mà thầy cận thị thiệt chớ không phải màu mè! Mỗi lần về quê xuống thầy mang mấy bao cát đậu phộng cứu đói được vài ngày. Thầy nói:

- Trên tao không có ruộng nước như từ Phú Lâm đổ xuống cho nên nhà tao chỉ trồng mỗi đậu phộng chớ không có một thứ gì khác. Nhiều khi phải ăn trừ cơm. Riết rồi chán thấy mẹ!

Cả hai thầy kia cùng lúc cảnh cáo:

- Thầy giáo phải ăn nói cẩn thận một chút!

Hỏi vùng trên đó còn an ninh không, thầy nói:

- Ban ngày quốc gia, ban đêm Việt cộng. Vùng xôi đậu.

Kéo một hơi thuốc, nhìn mông lung ra ngoài qua con lạch nhỏ, phía bên kia là nhà cô Hạnh, thầy tiếp:

- Không khéo dân theo Việt cộng hết!

Trái với thầy Ban, ông Hiệu trưởng mới trường Dân Tiến Phan Xích Long sanh và lớn lên vùng chợ nên chưa hề biết mặt mũi Việt cộng ra làm sao. Tuy có phụ giúp cha mẹ trong công việc làm ăn như chuyển hàng bông, trái cây ra chợ mỗi ngày nhưng thoải mái và lành lặn hơn. Là một người có hiếu và mẫu mực nhưng có lần thầy Long đã cãi lời cha mẹ đi học điện Phú Thọ:

Khoa học kỹ thuật càng ngày càng tiến. Mình học Điện sau nầy dễ kiếm ăn hơn.

Cha mẹ anh ta nói:

- Mầy nói cái gì khoa học kỹ nghệ tao không biết. Tao với ba mầy muốn là sau nầy mầy đi dạy thầy giáo.

Khi thầy Long hỏi tại sao ba má lại muốn con dạy thầy giáo thì được trả lời:

- "Nhứt tự vi sư, bán tự vi sư." Nghề cao quý. Mầy thấy thầy Hân bên Tân Ân hôn? Ai cũng kính trọng.

Thầy Long cười làm thinh.

Còn thầy kia dân ruộng một trăm phần trăm nhưng dáng dấp thơ sanh khôi ngô tuấn tú, chưa chắc anh chàng Tư Mã Tương Như có thể qua mặt được. Cái tên của thầy cũng có nguyên do. Người miền Nam dùng tỉnh từ "ngộ" để diễn tả cái gì xinh đẹp như ngộ nghĩnh, ngộ ngộ. Lúc nhỏ thầy là niềm ngưỡng mộ thích thú của bà con lối xóm hay lui tới ẵm bồng và cũng như sau nầy là chỗ nhắm của các bà mẹ có con gái, và nhứt là đối tượng của các cô gái tuổi cặp kê. Tướng thơ sanh như vậy mới đúng là thầy giáo nhưng học cao lắm cũng chỉ tới lớp Đệ Nhứt là cùng, trẻ và đẹp trai nhứt trong đám nhưng mắc phải chứng bệnh nghèo, phải tự lập thân và lo cho em út.

Đẹp trai như vậy mà có hôm không đủ tiền để ăn một bữa cơm Xã hội ở Chợ Xóm Củi: năm đồng với đầy đủ ba món canh xào mặn, còn cơm thì tự do. Một lần, sau khi lặn lội đủ nơi đủ chốn chỗ nào có đăng báo cần người là thầy tìm đến nhưng lần nào cũng trễ một bước, thầy muốn đi vào nghề đạp xích lô. Ông chủ xe hỏi:

- Anh có căn cước không?

- Dạ có.

Ngộ trình giấy căn cước cho ông chủ. Ông nhìn hình trong căn cước rồi nhìn người đối diện để so sánh xem có phải là đúng người không. Thầy thắc mắc sao một người mới ngoài 40 tuổi mà gia tài sự sản đồ sộ tới như vậy: Hàng trăm chiếc xích lô còn nằm tại chỗ chưa kể số xe người ta đã mướn đang chạy ngoài phố. Sau khi chắc chắn là không có chuyện giả mạo, ông chủ hỏi tiếp:

- Anh muốn làm cái gì?

- Mướn xích lô.

Ông chủ ngạc nhiên:

- Mướn xích lô? Tôi tưởng anh xin làm thư ký.

- Tôi không thấy quảng cáo cần người của ông. Ông còn cần nữa hôn? Nhưng tôi còn đang đi học, chỉ có thể làm buổi tối thôi.

- Buổi tối thì tôi có người rồi. Anh có tiền không?

Tự nhiên thầy Ngộ không dằn nổi và đấu với ông ta:

- Có tiền thì việc gì phải đi đạp xích lô?

Ông chủ ôn tồn phân bua:

- Không, ý tôi muốn hỏi anh có tiền thế chân 300

đồng không?

Trước khi ra về, thầy còn phang một câu cho đỡ tức:

- Nếu có 300 đồng thì tôi làm việc khác!

Hai Kế hoạch và một Công tác chưa đi tới đâu thì một biến cố trọng đại lý thú xảy đến cho ngôi trường. Ngày hôm sau thầy Ban báo cáo có một cô gái ở căn nhà lầu kế bên dắt một thằng em trai tới xin ghi danh học thì thầy Ngộ biết ngay là ai rồi nhưng giả vờ chẳng để ý đến cô gái mà chỉ quan tâm về sự tiến triển của công việc làm ăn. *Vóc mai dáng liễu, đôi mắt là cửa sổ tâm hồn,* thầy Ban tả cô gái thế nào mà Ngộ thấy rằng cô mỹ miều hơn người thật:

- Nguyễn Du tả Kiều đẹp nhưng cái đẹp đó có vẻ khuôn sáo ước lệ quá mức đến nỗi như trong tranh vẽ chớ không phải là người có thật. Cô nầy đẹp cái nhức nhói thời 1965 chớ không phải bốn năm thế kỷ trước.

Thầy Long tò mò hỏi:

- Ở dưới trường làm sao thấy được cô ta?

Thầy Ban làm ra vẻ bí mật:

- Cái đó tùy khả năng và tài nghệ mỗi người chớ làm sao tao biết được?

Thầy Ngộ lòng rối bời không dám có một ý kiến nào. Một nguy cơ mới đang đe dọa là phải chiến đấu với hai đối thủ mà thầy không nắm chắc phần thắng. Nhưng cuối cùng thì thầy đồng ý với lời kết luận của thầy Ban:

- Mấy cô quanh nhà mình không bằng một gốc cô ta!

Ngày đêm thầy Ngộ trông cho mau tối mau sáng đặng tới ngày vào lớp để có dịp nhìn tận mặt so sánh lại người mà thầy Ban đã tả với người thật của lòng mình. Và thầy quyết định lần nầy phải lâm chiến chớ không thể tránh được. Đặc biệt hôm nay thầy không xét bàn tay của lũ học trò mà lại hỏi những em mới ghi danh để tìm ra lý lịch của cô chủ và đường dây liên lạc.

Vào giờ ra chơi thầy lại ra vườn sau nhìn lên khung cửa sổ đợi chờ nhưng không thấy bóng dáng cô chủ! Lát sau một học sanh trình thầy là có người phụ huynh học sanh tìm. *"Người chờ không gặp, người không mong lại tìm!"* thầy lẩm bẩm. Nhưng quả là ngoài sức tưởng tượng của thầy: Cô chủ! Cô chủ qua hỏi thăm một số chi tiết về vấn đề học vấn của em, *"Em của em học được không?" "Em của em có phải thi lại để sắp lớp không?"* Toàn là những chuyện thừa đâu đâu vì tất cả các phụ huynh đều được thông báo và yêu cầu phải làm cái gì rồi.

Tới giờ vô học trở lại cô chủ cũng chưa chịu về nhưng điều đó cũng không sao vì trường nầy đâu có đánh trống như ở các trường công lập. Trong cuộc đối thoại, thầy Ngộ như là nạn nhơn, là người bị phỏng vấn. Sau khi cô chủ về rồi thầy lấy làm tức mình là tại sao lại quên hết những điều định nói. *"Phải chi mình thuộc lòng như Sử ký và Văn chương thì hay biết mấy!"* Và tên học trò nhỏ em cô chủ nầy dần dần trở thành chim bồ câu nối nhịp cầu tri âm giữa thầy Ngô Đình Ngộ và cô chủ Lê Thục Anh.

Chưa đợi tới cuối niên khóa đó, Ban Giám học nhận ra một chơn lý là "không thể cầm cự nổi." Học sanh ngày mỗi thưa dần đi và tiền trường thì đứa đóng đứa không. Trước đó, Ban Giám học đã có ra hai biện pháp cách nhau chừng một tháng hơn, nếu biện pháp thứ nhứt không thi hành được thì thi hành biện pháp thứ hai: biện pháp thứ nhứt là gởi giấy về cha mẹ đòi tiền, và biện pháp thứ hai là đích thân đi. Nhưng cả hai biện pháp đều không thành công. Kế hoạch của quân sư quạt mo lần đầu tiên thất bại:

- Vợ chồng tôi cơm không đủ nuôi các cháu làm sao có tiền trả tiền trường!

- Nếu có tiền tôi đâu dám làm phiền tới mấy thầy!

- Các thầy nán nán cho một thời gian được hôn?

Thầy Ngộ lù khù kết luận một câu:

- Làm thầy giáo chớ không phải chủ nợ hoặc chủ hụi thì làm sao được!

Thầy Ban khôi hài:

- Trường *Tân Liễu* chớ không phải trường Dân Tiến!

Ngôi trường Dân Tiến yểu mệnh, trước sau sống chưa được hai tuổi, và một lần nữa lại thay chủ đổi Ban Giám học. Tổ quỷ giải tán: thầy Phan Xích Long xuống Chợ Phạm Thế Hiển trọ nhà một người bà con; thầy Đoàn Văn Ban vẫn ở chỗ cũ và nghe nói hình như sau nầy phải lòng cô Hạnh nhà nhìn xuyên qua khung cửa sổ; còn thầy Ngô Đình Ngộ thì khoác chiến bào.

Ở buổi tiệc giải tán, sự hiện diện của cô chủ Lê Thục Anh cao sang quyền quý làm mấy thầy ngạc nhiên và chửi rủa thầy Ngộ hết lời:

- Lù khù vác cái lu mà chạy!

■ *nhuận sắc 231230*

cắt cỏ là vinh quang!

Nghề vác ngà voi tôi chỉ làm cầm chừng theo nước chảy lục bình trôi. Những chuyện khác thì không dám tranh đua với ai chớ riêng về bộ môn ăn không ngồi rồi, tôi dám hãnh diện là một người đàn ông nhứt nhì thế giới. Những đấng làm mọi vợ thường làm hết tất cả công việc trong gia đình. Hắn cưng vợ nên đỡ đần chuyện nội trợ như lau nhà, giặt đồ, nấu cơm, rửa chén.... Thậm chí có tên còn bao thầu cả những chuyện đàn bà như cho con bú, thay tã, và ru em bé ngủ nữa. Tôi đâu phải khùng mà không biết những công việc nặng nhọc như cào tuyết, làm vườn, sửa sang nhà cửa, và... cắt cỏ là của tu mi nam tử! Nhưng ý tôi muốn phu nhơn tôi phải năng động, tứ đức tam tùng, và ba đảm đang thêm một chút đặng body trông mi-nhoong như hồi còn con gái.

Nhưng phu nhơn tôi không muốn lao động nặng

mà lại thích tập thể dục với ba cái đồ nghề mua ở garage sales về để đầy nhà. Phòng riêng của bà hết chỗ để thì bà bày sang cả văn phòng tôi. Thôi thì đủ thứ lỉnh kỉnh nhìn cứ như là một trung tâm thể dục thẩm mỹ. Bà xã tập theo lịch trình và có thời lượng hẳn hòi, thứ tự hết cái nầy qua cái khác. Lúc bà mặc đồ thể thao hành sự, tôi bị phân tâm quá không làm việc được gì cả. Mà có động lòng táy máy thì bị xạc ngay. Tiếc là thân ốm yếu không thể dùng bạo lực ẩm bà vào phòng...! Còn tôi thì hay lánh nặng tìm nhẹ, rồi việc nhẹ cũng chẳng làm. Nhưng bữa nào có ý định làm việc chưn tay - mà lại hay quên - tôi tự cho phép miễn tập thể dục, bị kiểm điểm hoài. Bà cho mình là thân nhi nữ nên lúc nào cũng bán cái chuyện ngoài ngõ cho tôi:

- Đó là chuyện của đàn ông. Anh không lo ai lo?

- Em thấy người Mỹ họ đâu có kỳ thị nam nữ gì! Đàn bà lái xe ủi đất, làm công nhơn xây dựng, cả lái máy bay nữa!

Tôi chống chế yếu xìu, tự biết rằng mình ngụy biện. Dù không sống theo kiểu chồng chúa vợ tôi như nhiều ông chồng hắc ám uống thuốc liều, sẵn trớn đang ở trên cơ nên trấn áp hơi bất công với bà xã. Nghĩ cũng đáng thương hiền thê, đúng ý nghĩa người vợ tao khang theo sách cổ, theo chồng sống te tưa trong những năm dài chinh chiến, rồi chờ chồng nuôi con trong khổ nhục âm thầm. Chỉ trừ cái tội hơi bề xề, nhưng bù lại phu nhơn tôi tánh tình kỹ lưỡng nên nhà cửa luôn luôn lúc nào cũng tươm tất gọn gàng.

Chẳng những thế, bà hay giẫm chưn lên nghề nghiệp của tôi. Như là một đốc công chánh hiệu, bà hay đốc thúc, theo dõi, và nhắc nhở tôi hoài vì thật sự bà muốn nhà cửa vườn tược phải ngon lành mới đúng cách ăn ở của người văn minh. Tôi có tật sống bừa bãi không đáp ứng đòi hỏi của bà. Cho nên bà hay tài khôn dọn dẹp văn phòng tôi cho lớp lang thứ tự. Tưởng vậy là lấy điểm với tôi không dè bị tôi la hoài. Vì sau khi bà clean up thì tôi không còn biết giấy tờ cần thiết ở đâu kiếm chết cha không được.

Sáng ngày Thứ Sáu trước khi đi làm, bà xã còn rán để lại một cái tin nhắn trên bàn ăn trong nhà bếp. Tuy nó tế nhị, nhẹ nhàng, và đầy tình cảm ngọt ngào nhưng các đấng nình ông có kinh nghiệm đau thương với cuộc sống vợ chồng đều coi đó là lịnh:

- Bữa nay anh nhớ cắt cỏ nghe anh!

Ôi! Cái tin nhắn nghe véo von làm sao! Âm vang làm xao xuyến lòng người cứ y như hồi xưa đọc lời nhắn nhủ ngắn ngũi gọn gàng nhưng đầy đủ ý nghĩa của nàng kèm trong quyển sách hay cuốn tập. Đứng ngồi không yên, hồn như bay bổng trên mây xanh. Học trò nói cái gì không nhớ, học bài cũng không vô. Cảm giác lâng lâng vẫn vậy, nhưng bây giờ nghe hơi bần thần. Phải chi còn tư cách employed mới dễ ăn nói. Lúc trước, tôi làm ca đêm luôn luôn về khuya và ngủ dậy trễ. Bây giờ quen con mắt, lúc hết đi cày cũng cứ 7-8 giờ mới bò dậy, xuống pha café trước khi trở lên đánh răng rửa mặt. Tôi hẹn thầm trong bụng:

- Hôm nay mới Thứ Sáu. Để đó anh lo!

Nói lo mà chẳng lo tí nào cả. Thật sự tôi định ngồi vào bàn chừng vài tiếng đồng hồ thôi rồi thi hành. Vậy mà mải miết cho tới khi bà xã đi làm về mà vẫn không hay. Lúc ấy mới nhớ ra là mình chưa hoàn thành nhiệm vụ. Tôi cười giả lả chạy tội:

- Thôi để cuối tuần rồi anh cắt cũng chưa muộn. Em đừng lo!

Thế là câu giờ được thêm một ngày nữa. Cuối tuần thế nào mấy đứa nhỏ cũng về chơi. Trước khi cho chúng ăn một món đặc biệt nào đó như suông, mì xào giòn, hay canh kiểm chẳng hạn, chắc chắn bà xã cũng bắt một đứa nào đó làm công quả, khi thì thằng con trai, khi thì thằng rể, có khi cả đám ùa vào công tác đặng mau vào bàn kẻo thức ăn nguội không ngon.

Tôi biết chắc chắn không phải tụi nhỏ muốn đỡ đần cho ông già tội nghiệp nầy. Vì nếu muốn thì chúng tự nguyện tự giác chớ không cần phải đợi yêu cầu và hối lộ bằng những món đặc sản quê hương. Chắc tại các cháu lớn lên từ trong lòng xã hội không còn người bóc lột người, và nhứt là trong giai đoạn phát triển kinh tế thị trường theo định hướng xã hội chủ nghĩa?! Nhưng thế cũng tạm an ủi: kết quả vẫn như nhau. Vậy là tôi thoát nợ được một tuần nữa. Sang tuần sau hẳn hay.

Đó là chuyện trước kia khi tôi còn là một công dân lương thiện làm ra của cải vật chất để nuôi gia đình và qua đó đóng góp xây dựng xã hội. Nếu tụi nhỏ không tự giác thì tôi mướn mấy đứa học trò trong xóm hoặc kêu công ty cắt cỏ nào đó làm. Mỗi tuần một lần, một tháng vị chi chỉ tốn tối đa chưa tới một trăm. Vậy mà khỏe re. Chuyện nhỏ!

Nhưng kể từ ngày thất nghiệp, nhà chỉ còn một income èo uột - ý tôi không dám dùng chữ cu-li e phạm thượng, tôi cảm thấy hơi tự ái, hơi guilty đối với bà xã. Tôi tự xét rằng thân trai 120lbs mười hai bến nước mà ăn bám vào vai gầy 3-4 tấc của bà xã liễu yếu đào tơ 145 lbs hoài là cách cư xử của người vô liêm sỉ. Nhưng rủi cho tôi. Hình như hãng cố tình đì tôi hay sao lại không lay-off ngay từ sau biến cố 11 tháng 9 năm ngoái mà đợi vào đầu mùa xuân năm nay - tức là mùa cắt cỏ bắt đầu - mới quyết định xù tôi!

Có người đàn ông đứng đắn nào đã thất nghiệp lại không take care nhà cửa và lo cơm nước sẵn sàng cho phu nhơn mà đợi bà xã đi làm về nấu nướng xong xuôi mời xuống dùng bữa, mà phải năm lần bảy lượt, mới chịu xuống không? Thế mà tôi làm được đấy mới tài! Chẳng dấu gì bạn đọc, trong gia đình chúng tôi có hai nhơn vật được phong thần là đứa con gái lúc chưa lấy chồng cân được đúng 90 lbs và tôi.

Bây giờ tôi là vị thần duy nhứt còn lại nên bà xã phải lo từng miếng ăn như chăm sóc baby vì bà sợ ở vá, chớ chẳng phải tốt lành gì. Ở vá là không ai đưa đi chợ búa, không ai đưa đi shopping, và nhứt là bà không biết đường đi lòng vòng vô tận khu apartment của cô Thu cắt tóc.

Trái với những người còn lại đều phương phi, tôi bịnh hôi cơm tanh cá, cái ăn có cũng được mà không cũng chả sao. Cái bao tử của tôi thuộc loại có giáo dục đàng hoàng nên thật nhu mì. Tới bốn năm giờ chiều chưa có cái gì trong bụng nó cũng không làm loạn. Nhưng sáng ngủ dậy không có ly café Du Monde thì kể như tôi lừ nhừ suốt ngày như đàn bà mắc thằng bố tới thời kỳ thứ ba!

Nhưng tôi phải khẳng định lại một lần nữa tôi là một người chồng chung thủy, một người cha gương mẫu, và là một người chủ gia đình đàng hoàng... nhứt trong đám lộn xộn. Tôi chưa hề biết cái casino nó ra làm sao, dù nhà chỉ cách có nửa tiếng; thỉnh thoảng chỉ đánh phé nho nhỏ với mấy chủ tiệm neo, binh xập xám ăn chi với mấy ông già, và chơi tiến lên sơ sơ với mấy anh bạn trẻ! Tôi không uống rượu nhiều vì mỗi lần chỉ uống một chai hay một lon thôi. Chưa bao giờ bạn bè cùng hãng thấy tôi say vì khi đi không nổi thì tôi call-in-sick. Còn chuyện phụ nữ thì cũng chỉ là văn nghệ văn gừng chớ đâu có gì nghiêm trọng.... Trong thời gian thất nghiệp tôi... đàng hoàng hơn lúc trước nhiều.

Thấy tôi có ý phục thiện, bà xã hài lòng an ủi, dụ khị, và mơn trớn:

- Em biết anh đâu đến đổi tệ!

Tôi giả bộ bắt bẻ:

- Vậy là cũng còn tệ?

Bà xã cười, má lún đồng tiền:

- Hơi hơi thôi. Bây giờ anh trở thành công dân lương thiện rồi!

Vậy mà bấy lâu nay bà xã hình như có vẻ giận. Giận là bình thường, không giận mới là lạ! Giận vì tôi không lo kiếm việc làm thì ít, mà vì tôi cứ an nhiên tự tại như người cõi trên chẳng màng gì tới chuyện thế gian. Nói trắng ra là tôi cứ bỏ phế việc trong nhà ngoài ngõ cho bà lo. Nhiều lúc gác tay lên trán suy nghĩ thấy mình còn tệ hơn vợ thằng Đậu nữa. Nay được phu nhơn khen, tôi mở cờ trong bụng. Tôi nghiệm thấy các nhà tâm lý học nói đúng. Muốn bảo ai nhảy vào lửa chỉ cần khen lấy khen để, không có cũng khen, cũng bơm lên tới mây xanh, thành đủ thứ anh hùng, anh hùng lao động, anh hùng thủy lợi, anh hùng chống tăng, anh hùng diệt Mỹ.... Tôi sẽ được phu nhơn tôn vinh thành anh hùng cắt cỏ!

Có ai dám không hài lòng khi nhìn mặt kem má phấn môi hồng với nụ cười duyên của bà xã? Hơn nữa, cám treo để heo nhịn đói lâu ngày. Hy vọng cuối tuần nầy thế nào bà xã cũng ủy lạo cho bằng thích. Sau khi dùng bữa cơm thân mật với phu nhơn xong, tôi dàn giá như là một tay cắt cỏ chuyên nghiệp. Mà báo hại ăn cơm no xong cứ ngáp hoài hình như muốn đi ngủ. Nhưng thôi làm người chồng đứng đắn phải rán có liêm sỉ một chút.

Này nhé: thay bộ đồ công nhơn thứ thiệt, mang đôi giày bata cũ dành riêng cho công tác, đeo đôi găng tay da làm vườn, đội mũ lưỡi trai hàng ngoại đàng hoàng. Lại thêm cặp mắt kiếng an toàn nữa! Trông người tôi gồ ghề như một phi hành gia sắp bay vào vũ trụ, hay ít nhứt cũng là phi công sắp lên tàu bay đi chiến đấu. Phải, tôi sắp làm chuyện lớn, một chuyện lớn nhứt trong đời kể từ ngày sống kiếp lưu vong! Đó là lần đầu tiên cắt cỏ bằng máy.

Cắt cỏ không khác chi cắt lúa cho thợ đập. Hồi xưa cắt cỏ cho trâu ăn bằng lưỡi liềm. Dù không phải nghề nhưng tôi cũng biết sơ sơ. Mấy đứa nhỏ sống ở thành phố hoặc sanh đẻ bên đây thắc mắc về cái dụng cụ nầy. Sở dĩ gọi đó là cái lưỡi liềm là vì nó giống như con trăng non cong cong - con trăng lưỡi liềm - có răng nhuyễn nhừ chạy dọc theo cái mép mỏng phía trong. Cái cán hay cái chuôi vừa bằng ngón chân cái người lớn, phía đầu gắn một khâu sắt nhỏ để khi nong cái lưỡi vào nó khỏi bị tét. Còn nếu hỏi tại sao con trăng non gọi là trăng lưỡi liềm thì chắc tôi phải mang cái chuyện con vịt và cái trứng ra mà trả lời... huề vốn! Nếu các bạn trẻ sanh đẻ ở ngoại quốc còn thắc mắc về cái lưỡi liềm thì xem lại cuốn phim video Vân Sơn 6 hay 16 gì đó. Trong đó có màn kịch vui do cô Hồng Đào thủ vai chánh cầm cái lưỡi liềm chánh hiệu made in Việt Nam.

Người thuận tay phải thì dùng tay trái quơ cỏ nắm lại rồi tay mặt đưa lưỡi liềm tới dưới nắm cỏ rồi giựt mạnh về phía trong người mình. Nói chung thì cỏ gì cũng ăn, nhưng trâu miền Nam hồi trước 1975 rất thích cỏ vườn trầu, cỏ ống.... Cỏ bên mình cao dầy chớ nếu lún phún như bên đây thì biết đời nào mới xong một gánh cỏ cho trâu ăn. Thì giờ đâu đi bắn bi đánh đáo? Dù đôi khi không cẩn thận có thể phạm vào tay chảy máu như chơi, nhưng cắt cỏ hồi xưa nhẹ nhàng và thơ mộng lắm chớ không như dùng cơ giới của tư bản giãy chết bên Mỹ nầy.

Nhưng không phải ở Mỹ ai cũng có thể và có tiền

mua máy đâu. Thường, nếu nhà nghèo thì trung bình mỗi tuần chi độ 15-20 tì, hoặc 25-30 đồng nếu vườn lớn hơn nữa, mướn người ta cắt. Thợ sẽ làm đủ các cái từ A đến Z như tỉa mấy chỗ góc kẹt máy đi không tới được, rồi còn triêm cạnh đường đi và chỗ đậu xe thẳng băng nữa. Chẳng những vậy, họ còn thổi cỏ sạch sẽ láng coóng như bàn tiệc của nhà giàu. Nghèo vậy mà sướng, còn tôi mang tiếng nhà giàu làm chi mà phải khổ thân thế nầy!

Đây là cái máy cắt cỏ bằng... máy hiệu Craftman thuộc loại xịn nhứt thế giới, và chưa từng thấy khi còn ở quê nhà. Tôi không nhớ sự hiện hữu của nó trong cái nhà nầy từ lúc nào. Chẳng lẽ do thằng con trai lúc còn ở chung mua? Tôi đoán là do hội từ thiện nào đó cho từ ngày gia đình chúng tôi tới cái xứ nầy lập nghiệp, vì trông nó không có vẻ gì original mà tróc sơn và lem luốt. Khó khăn lắm mới đọc được lưỡi nó dài 22 inches kéo bằng cái máy xăng bốn thì 6 ngựa 75. Không phải là thứ tầm thường mình phải đẩy, máy nầy gài số là a lê hấp nó tự động chạy, mình chỉ đi theo và lái nó khỏe re y như đi cày vậy.

Đầu tiên là check tiền phi. Lắc lắc thử xem có con ốc nào muốn rớt ra, và xem cái lưỡi còn dính vào cốt máy không. Nhớt còn đủ nhưng xăng cạn thì phải châm thêm vào. Nhưng đề hoài mà máy lại không chịu nổ giùm. Thế có chết không? Còn gì uy tín của một chàng phi công đã từng đánh đông dẹp bắc và đã từng bay trong vùng lửa đạn!

Cây muốn lặng mà gió chẳng dừng. Trời vẫn không chìu người. Tôi biết Thượng Đế hay thử thách những người tài hoa, vì chiến đấu không nguy hiểm thì chiến thắng không vẻ vang. Tôi đã đổ xăng pha nhớt của máy xúc tuyết hai thì vô bình xăng máy cắt cỏ bốn thì! Chuyện vậy mà tôi vẫn làm được! Phu nhơn tôi là một phụ nữ diễm phúc có được một người chồng độc đáo nhứt thế gian nầy. Không thế sao phu nhơn chịu lấy tôi và tới bây giờ chưa chịu sang ngang để tôi đưa em sang sông!?

Cũng đâu có gì quan trọng. Chỉ súc bình xăng rồi đổ xăng super ròng vào là xong thôi. Nhưng nhà đâu có bán xăng lậu như hồi còn ở Việt Nam thì mắc mớ gì mà phải có bình xăng không? Vậy là phải xách xe hơi du lịch chạy mua cả bình lẫn xăng. Mua xăng về rồi loay quay kiếm một cái chậu cái thau hay bất cứ cái gì có thể chứa xăng cũ chớ chẳng lẽ đổ bỏ đi phí của giời quá?

Lát sau, bà chủ như sực nhớ ra:

- Anh làm gì lâu quá vậy?

Tôi đang đổ mồ hôi hột vật lộn với cái máy:

- Chế lộn xăng pha nhớt.

Phu nhơn phán một câu xanh rờn:

- Xăng nào mà chả được? Chắc tại máy để lâu!

Biết bà xã đâm hơi nhưng tôi cười cầu tài:

- Gần xong rồi. Em vái ông địa đi!

Phu nhơn động lòng mang nước đá cho uống, còn dặn:

- Uống nước mát cho khỏe. Đừng có hút thuốc.

Nhờ bà xã tiếp sức dù chỉ bằng cách xúc tác là lạng qua lạng lại, bẹo hình bẹo dạng, đâu mất chừng hơn tiếng đồng hồ thì mọi chuyện suôn sẻ ngon lành, có thể cất cánh được.

Ban đầu tôi dùng bao đựng. Mới đi chỉ có một vài đường thì đã đầy, phải đổ ra cái bao giấy có label nghiêm chỉnh theo luật lệ của thành phố. Vừa mất thì giờ, vừa tốn tiền, lại vừa tốn sức trâu già. Nhứt là sức khỏe, làm sao mà enjoy weekend với phu nhơn đây! Mình là người có ăn học tại sao không áp dụng khoa học kỹ thuật tiên tiến vào đời sống? Tôi dùng Calculus 3 tính toán để tìm ra đáp số. Nếu dùng cái bao đựng đặng tránh cỏ rơi rớt bên ngoài thì xong cái vườn chắc phải đổ ít nhứt năm sáu lần và mất tiêu nó nửa ngày vàng ngọc của mình rồi. Như vậy lảng phí đời trai quá. Bèn bỏ cái bao ra. Nhưng bỏ bao ra thì mảnh vườn bị sọc dưa và cỏ rơi rải tùm lum trông như mái tóc người đẹp mới ngủ dậy chưa chải đầu. Học cử nhơn tiến sĩ mà làm gì, chỉ một cái chuyện cắt cỏ mà cũng quá nhiêu khê. Bây giờ tôi mới nghiệm ra chơn lý lao động là vinh quang!

Cái người đàn bà góa kỹ sư điện toán dáng dấp nhỏ nhắn ở nhà đối diện hình như thích thú trong công việc nầy. Dù không đếm chính xác nhưng tôi cũng đoán ra bả cắt mỗi tuần hai lần hay ít nhứt cũng hai tuần ba lần. So với cái của bả, máy của tôi y chang, chỉ có điều hơi thâm niên hơn đôi chút. Nhưng vấn đề ở đây là tay nghề chớ không phải cơ giới. Bả cho máy chạy re re nhẹ nhàng mà cắt thật ngọt, không thấy cỏ rơi rớt tùm lum.

Ai nói phụ nữ chưn yếu tay mềm? Không dám chơn yếu tay mềm đâu! Nhiều lần ngồi trong garage hút thuốc địa sang, tôi xem thường cái chuyện cắt cỏ. Tưởng gì chớ làm ba cái chuyện tầm thường như vầy ai mà làm chẳng được? Vậy mà phu nhơn tôi chẳng chịu làm, lại cứ đùn cho thơ sanh tôi chân yếu tay mềm. Đúng là đàn bà Việt Nam hay ỷ lại chồng, không chịu quán xuyến chuyện gia đình!

Vậy đã hết chuyện đâu! Còn ít nhứt ba giai đoạn nữa mới gọi là hoàn thành sứ mạng. Trước khi tới giai đoạn cuối cùng là làm vệ sanh và thu dụng cụ thì chắc chắn phải dùng cái máy lawn trimmer để tỉa những chỗ máy không đi tới được ở xung quanh gốc cây, cạnh hàng rào, hoặc dọc theo mấy luống hoa, nhứt là cái flower garden của phu nhơn ở trước nhà. Nhưng muốn bờ cạnh ngay hàng thẳng lối thì phải cầu cứu tới cái máy lawn edger. Cái mớ mọc vô trật tự bò lan ra chỗ đậu xe và đường đi nếu không dùng máy nầy thì không được đâu. Cả hai loại máy tỉa và máy xén cũng lại có ít nhứt hai kiểu. Kiểu dùng xăng thì đắt tiền hơn loại xài điện nhưng tiện lợi là không cần dùng dây power extension dài cả trăm feet - dài nữa thì nối hai ba sợi lại với nhau - bất tiện và nhiều khi nguy hiểm nếu trời ẩm ướt hay mưa gió.

Bây giờ thì siêu rồi, chẳng thua gì tay chuyên nghiệp. Bỏ qua cái chuyện tiền phi hậu phi ai cũng thừa biết và phải làm. Cắt cỏ trước tiên là một kỹ thuật rồi sau đó trở thành một nghệ thuật. Phải có bài bản đàng hoàng chớ không phải chuyện chơi đâu! Đi đường kế phải thổi cỏ qua phần chưa cắt. Cứ vậy mà đi tới hết. Phải đi đường chéo góc để người ta nhìn không thấy sọc dưa, dù nếu có ai cắt cớ lại coi kỹ thì cũng còn đôi chút, nhưng đó là chuyện nhỏ. Và nhớ cũng như đi cày, không nên đi đường kế cặp liền theo đường mới vừa đi. Vì như thế rất mất sức, mà phải ôm cua hơi lài lài chớ không nên quẹo gấp như phi cơ không chiến. Cũng nên nhớ thêm một điều là đầu mùa xuân mình cắt hơi cao cao đặng tránh tình trạng quá nhiều cỏ phủ lên chỗ vừa mới cắt có thể làm cho nó úng mà vườn sẽ lốm đốm như chó vá. Kế đó điều chỉnh xuống từ từ một hai nấc tới khi mình thấy vừa là OK!

Phu nhơn tôi dạy rất đúng: vạn sự khởi đầu nan được diễn dịch cái gì lúc đầu cũng khó. Lúc mới vô nghề phải loay quay mất ít nhứt cũng hơn hai tiếng đồng hồ, lại trăm phần vất vả. Bây giờ tôi có tính kỹ rồi: cắt cái vườn trước mất nửa giờ, vườn sau mất 25 phút. Khoảng giữa là 15 phút giải lao. Ngồi, hay nằm cũng được chẳng ai làm khó dễ gì, dưới góc cây nhấp chút café đá do bà xã serve miễn phí, chơi một điếu thuốc thơm thả khói mênh mang, nghe cây lá lao xao và nhìn mây trắng bay thấy tâm hồn thanh thảng. Những lúc ấy mình tự do hoàn toàn. Muốn mơ về thuở thiếu thời hay nhớ người yêu cũ cũng được. Điều quan trọng và thực tế nhứt là phu nhơn rất hài lòng, và biết đâu bà không đáp lại bằng thái độ trìu mến ngọt ngào như thuở mới vào yêu!

Trước đây không làm động móng tay vì khi nghĩ tới đã thấy sợ, sợ khổ sợ khó. Nhìn hai cái vườn mênh mông, lại thêm cái đồi con con dài bốn năm chục thước ngăn phần bãi cỏ và con đường cái, đã thấy nhụt chí anh hùng. Vô nghề rồi mới thấy nó thật bình thường đến độ tầm thường. Mỗi tuần chỉ dành ra tối đa một tiếng rưỡi đồng hồ, bất quá như tập thể dục, mà vườn tược lịch sự khang trang, lại được bà xã yêu nhiều, thì hỡi các đấng mày râu, sao lại còn tránh né?

Bác sĩ đã không khuyến cáo thường xuyên tập thể dục có thể hạ bớt độ cholesterol và khỏi cần uống viên sinh tố V màu xanh sao? Tự nhiên thấy mình tự tin hơn, con người khỏe mạnh ra và yêu đời trở lại vì mình vừa làm được việc lớn. Nhìn phu nhơn láng mướt trong bộ đồ xoa lấm tấm hoa cà đã muốn ôm hun ngay không đợi tới tối. Đồng thời trong đầu lại manh nha cái ý tưởng thành lập một nhóm hoặc một công ty cắt cỏ - tỉa cây - làm landscaping và đủ các cái, nếu trong vòng chừng vài ba tháng hay nửa năm nữa mà hãng không kêu trở lại!

◼ *nhuận sắc 231230*

đồng hương

Tờ báo hội số ra mắt phát hành khoảng một tháng thì có một người gọi điện thoại tới nhận là người quen, hỏi có phải Châu - Ngô Minh Châu - ở xóm đó, làng đó, đơn vị đó năm đó hay không. Đúng rồi! Châu nhận ngay ra anh Nguyễn Kim Cang. Tên Ngô Minh Châu như vậy, toàn dân tộc Việt Nam làm sao có một người thứ hai trùng tên mà anh Cang còn ngờ? Ý chừng anh không thể tưởng tượng được một thằng khờ như Châu ngày xưa mà nay lại lên làm chủ bút một tờ báo, dù chỉ là một tờ đặc san in như copy! Ông bạn nầy lúc trước có thời gian ở cùng Phi đoàn Quan sát Bạch Miêu mà khi Châu ra trường về trình diện thì anh đã đổi đi đơn vị khác rồi.

Quả thật là "tha hương ngộ cố tri" dù hồi xưa không cố tri chút nào cả! Lại biết thêm là người cùng xóm, nhưng anh Cang còn lớn hơn hoặc trang lứa với chị cả Ngô Linh Phương của Châu nữa. Anh biết cả hai chị em cô Hạnh cô Phúc con của ông Thầy Tư Xe tại chợ Rạch Kiến và cô Ngọc Luận hoa khôi Cần Giuộc nữa! Một cuộc tình đơn phương của Châu đổ vỡ mà hầu hết học sanh trường Cần Đước và Cần Giuộc đều biết. Anh biết cả cuộc tình giữa cô Huỳnh Diệu Bích dạy Việt văn trường Cần Đước và ông thi sĩ Tô Thùy Yên. Từ chỗ cả hai cùng biết chuyện xưa tích cũ ba bốn mươi năm về trước, hai người trở thành đôi bạn thân, đến nỗi anh bạn gọi Châu bằng "mầy"!

Hồi mới qua, Châu làm ca đêm đi nhờ xe của ông hàng xóm, phần vì không có tiền mua một chiếc cho ra hồn, phần mới biết lái cũng ớn ra xa lộ. Thời gian nầy anh trở lại làm ca ngày, lần đầu tiên sắm chiếc du lịch nửa sạc hiệu Dodge Aries, đặng khỏi đi xe bus tới trường nữa. Tự lái xe nhà sáng đi chiều về, Châu cày năm ngày nếu không có overtime. Thân nhơn bên Việt Nam xem hình trầm trồ, tưởng "bác nó" bây giờ ngon lành lắm, chắc lãnh tiền rappel!

Một hôm anh Cang gọi điện thoại cho biết anh sẽ tới chơi. Anh không báo trước là có đắt theo một người bạn nối khố từ một tiểu bang miền Nam. Đều là niên trưởng của Châu ngoài đời cũng như tuổi lính, hai anh là bạn cùng xóm từ hồi ở truồng tắm mưa, lúc Châu mới biết bò lượm đất cát ăn thoải mái, khi bà chị Phương ham chơi của Châu có nhiệm vụ giữ em mà lo nhảy cò cò với đám bạn.

Ông bạn mới - anh Đỗ Đình Thạc - là người chiến hữu cùng phi đoàn năm xưa mà sau khi tan hàng hồn ai nấy giữ, bây giờ gặp nhau ở đây. Trông bộ đồ thời trang của anh, Châu tưởng anh chỉ lớn thêm chừng năm tuổi, và còn trẻ hơn cả chú em út của Châu năm nay bốn mươi lăm. Anh vồn vã ôm Châu với cách đối xử thân mật của người Mỹ, nói:

- Mừng quá! Từ ngày giải phóng mỗi đứa một nơi, gần ba mươi năm mới gặp lại thấy mầy không khác. Nhưng sao mầy già quá vậy?

Nghe ông niên trưởng dùng chữ "giải phóng" đã bị dị ứng, Châu cũng rán đùa một câu:

- Tại lớn tuổi chớ đâu có già gì!

- Bây giờ mầy làm cái gì? Bao nhiêu một giờ?

Anh Thạc từ một tiểu bang miền Nam mà cất công lên Michigan cũng có lý do. Sẵn đầy tháng cháu nội quý tử đầu tiên và thăm gia đình sui gia môn đăng hộ đối, anh mang cho Châu một hộp bánh trung thu "ăn lấy thảo." Châu bảo anh lớn đâu có cần bày vẽ như vậy, đáng lẽ Châu phải biếu anh mới đúng. Anh cười trông điệu nghệ như một nhà ngoại giao. Và tướng anh phương phi đạo mạo giống như một ông chủ tịch hội, có lẽ vì không uống cà-phê, không hút thuốc lá, chỉ dùng nước để trong tủ lạnh.

Đúng là một người đàn ông khuôn mẫu và lý tưởng cho các bà, vừa không phí năng lượng vừa tiết kiệm tiền, vừa tránh được nguy cơ ung thư phổi, ung thư bao tử, ung thư gan, ung thư máu, ung thư lá lách, ung thư ruột gia, và ung thư ruột non.... Nhưng dưới con mắt của Châu, dù cái bụng có đưa ra phía trước, tướng anh ta không sang và không đàn ông bằng anh Cang.

Châu thắc mắc tại sao chị Phương không lấy anh Cang mà lại đi chọn một người đi biển! Bây giờ Châu mới đồng ý kẻ có tiền trông khác người khố rách áo ôm, nhưng hồi xưa thì sĩ quan - trừ một số ít - anh nào không nghèo rớt mồng tơi? Nhìn anh, không ai nghĩ rằng anh cũng mới sang định cư theo diện HO khoảng 1990, mà tưởng đi từ 1975.

Anh đã lột xác hoàn toàn trở thành một người không-phải-ngày-xưa. Dù có rượu chè bài bạc đôi chút như những người khác nhưng anh là người tương đối có lý tưởng, hay ít nhứt cũng biết nhiệm vụ của mình. Lần chót Châu gặp anh tại Sàigòn nhơn chuyến công tác từ miền Trung về tạt ghé thăm nhà một buổi. Lúc đó vào khoảng tháng 2 năm 1975 đang làm phi đội trưởng, anh briefing cho Châu biết rằng có kế hoạch bỏ miền Nam vì *"không bỏ không được"*! Thành phần nào quan trọng thì đưa gia đình vợ con đi trước, *"khi có lịnh mình rút sau."* Ai ở lại thì tiếp tục cuộc chiến tranh du kích, có thể phải chiến đấu trong điều kiện khó khăn hơn nhiều. *"Việt cộng ra thành phố, mình lại vào bưng. Thời cơ tới thì giải phóng quê hương".*

Châu ậm ừ không cãi vì tin tưởng giải pháp chánh phủ "hòa hợp hòa giải dân tộc" ba thành phần, nghĩ chắc không đến nỗi tệ như vậy. Kế đó mất Ban Mê Thuột, đơn vị di tản, phi đoàn Châu tách đôi: nửa về Cần Thơ, nửa về Biên Hòa. Ngày 30 tháng Tư không có hòa hợp hòa giải như Châu nghĩ. Châu tự nguyện vào tù đã đành, không biết sao Thiếu tá Đỗ Đình Thạc lại cũng khăn gói vào năm ấp năm năm.

Chị Châu không có nhà, anh Châu phải đích thân chiêu đãi hai ông niên trưởng. Dù không có cảnh chồng chúa vợ tôi trong gia đình, nhưng anh Châu tệ đến nỗi không tự mình làm một cái gì trừ tắm rửa. Anh lọng cọng lấy tách và đồ nghề. Anh Cang bảo *"Thôi để tao pha cà-phê cho"* thật là đúng lúc. Khi mọi người đang lăng xăng bối rối lu bu, anh Thạc nhìn khắp nhà từ trên xuống dưới, từ trước ra sau, thấy trống trơn, có vẻ ngượng giùm cho Châu:

- Nhà mua hồi nào, bao nhiêu tiền?

Đây là căn nhà riêng đầu tiên trong cuộc đời của vợ chồng Châu, mà tuổi của nó ước chừng cỡ của ông cụ. Người ta có cảm tưởng căn nhà hình vuông chia làm bốn phần đều đặn: hai phòng ngủ một bên và bên kia là phòng khách với nhà bếp, mỗi nơi rộng chừng năm sáu, tối đa tám thước vuông là cùng. Khách khứa mươi người chắc không đủ chỗ đứng. Lớn con cao ráo như anh Cang lúc đứng tưởng chừng như muốn đụng trần.

Có lần anh Châu phát biểu *"Mà nói cho đúng chỉ là của ngân hàng chớ đâu phải của mình!"* Hồi trước, Châu chuyên môn ở cư xá mà đồ trang trí nội thất, thậm chí bàn ghế học của sắp nhỏ, cũng toàn là đồ dã chiến đóng từ ván thông thùng đạn cũ. Chị Châu tỏ ra thông cảm khi nghe chồng nói vừa đùa vừa để an ủi *"đơn giản như vầy có di chuyển cũng khỏi bận tâm."*

Châu trả lời câu hỏi trắng trợn của anh Thạc cho qua chuyện:

- Cũng vài ba năm. Nhà cũ có đáng bao nhiêu!

Vì quá quen cảnh nhà Châu, anh Cang không khách sáo đi vòng vòng kiểm tra hàng tồn kho, nhắc mua món nầy món nọ, làm như nhà Châu không có nội tướng! Đối với người khác mà làm như vậy là xúc phạm lắm đấy! Sau khi ngồi, anh Thạc rờ rờ nệm xa-lông chắc để đánh giá da thiệt hay giả, Châu chữa thẹn:

- Bộ xô-pha nầy của hội cho từ hồi mới qua. Đâu có bạn bè khách khứa gì đâu mà mua cái mới?

Nhà Châu ở nằm trong "xóm nhà lá" quanh năm suốt tháng đâu có ai tới. Những người qua trước và những người quen sơ sơ không hứng thú ghé. Từ hồi gặp lại anh Cang, có lẽ anh là khách không mời duy nhứt mà có mặt thường xuyên. Hình như hai anh nầy đang làm chuyện gì đó. Anh Cang ăn mặc xề xòa và sống giản dị. Riêng vợ chồng anh Châu qua Mỹ tới giờ chưa biết đi mua sắm là gì. Tất cả đều do hội từ thiện cho, chỉ khi nào hư hỏng mới phải bấm bụng mua cái mới thay thế. Quần áo thì đi Salvation Army hoặc Good Will. Anh chị đâu thấy có gì khác biệt!

Còn các cháu thì sớm hội nhập, đồ nào démodé thì không mặc nữa. Ai mặc đồ hiệu mà khoe với anh chị Châu thì kể như đi lộn tiệm! Ở đó mà đồ hiệu với không hiệu! Mấy bộ đồ ăn nói thì con cái mừng ngày Father Day, Mother Day hoặc ngày Sanh Nhựt. Ngày Sanh Nhựt viết hoa vì từ ngày sang Mỹ vợ chồng Châu mới có ngày nầy.

Chợt Thạc nói:

- Ở dưới, tao mới mua bộ xa-lông năm ngàn.

Anh Cang trố mắt ngạc nhiên:

- Năm ngàn?

Năm ngàn tức năm ngàn đô-la viết số 5 chấm một cái rồi thêm ba con số 0. Đó là lương vợ chồng Châu làm ròng rã hai tháng rưỡi trời không xài. Dường như ra chiều hả hê, không đợi khảo, anh khai tiếp luôn:

- Nhà mới phải để bộ xa-lông như vậy mới xứng.

Rồi anh kể anh mới xây căn nhà gần sáu trăm ngàn có hồ bơi và landscape để enjoy tuổi già. Lúc đầu tính khoảng năm trăm mà đẻ ra cái nầy cái nọ, nói theo ngôn ngữ sau 1975 là "công trình phát sinh." Đa số bạn bè qua bên nầy thành công hết. Thằng Long Méo, thằng Đức Cống, thằng Ẩn Cọp, thằng Thảo Chà Và... đều có business có nhà có xe có tiền cả mấy trăm ngàn....

Anh bảo anh có ba cái tiệm neo, mỗi tháng kiếm sơ sơ "có vài chục"! Vợ chồng và đứa con gái lớn mỗi người coi một cái. Có lẽ thấy gia cảnh Châu te tưa quá, anh gợi ý:

- Hay là mầy đi làm neo đi. Dễ lắm.

Anh Cang xen vào:

- Làm thì được rồi nhưng sao thấy kỳ kỳ!

- Kỳ cái gì? Miễn nhiều tiền thì thôi. Chó mà chê...

Như vừa khám phá điều gì bí mật, anh phấn khởi bật mí:

- Mà làm tiền mặt khỏi khai thuế! Ai mà biết được?

Anh Cang và Châu ngồi nhìn khói thuốc nghe anh Thạc hớn hở kể chuyện thành công nơi xứ người. Vốn ít ăn ít nói chỉ khơi chuyện câu giờ đợi bà xã về lo cơm nước hoặc làm ít món nhậu đặng mấy bạn già làm sương sương gọi là "tha hương ngộ cố tri" nhưng anh bảo anh không uống rượu, trái với hồi xưa lúc nào cũng có thể lai rai ba sợi với anh em. Còn anh Cang như cởi tấm lòng:

- Không uống rượu thì ngồi đây phá mồi. Để tao với thằng Châu đá giao hữu!

Lúc bà xã Châu làm xong món nhậu ra thì trời đã bớt nắng. Để cho không khí có vẻ "đồng hương," Châu không mời thêm một người bạn nào khác. Có ý kiến bảo *"Hay là ngồi ngoài sân cho thoải mái."* Sau khi quét dọn, trải mấy tờ báo lên mặt bàn đá cũ, Châu cẩn thận lấy băng keo loại masking tape dán lên mấy góc cho khỏi bị gió tốc lên. Cái bàn đá nầy do hội từ thiện nào đó cho từ hồi vợ chồng Châu mới qua xài cho tới giờ Châu vẫn thấy chưa mòn đi chút nào!

Món đồ biển xào chua ngọt nóng hổi nầy có hai chỉ số, nói theo chữ nho là nhứt cử lưỡng tiện: ăn với cơm cũng no mà nhậu cũng bắt. Cũng không phải bào ngư vi cá hay cao lương mỹ vị gì, chỉ là rau cỏ thịt thà đồ biển làm sẵn mua ở chợ mà qua tài xào nấu của người lái phi công làm đói bụng như sau khi cuốc hai luống đất, theo lời của Châu.

Qua ánh chiều tà nhá nhem sắp tắt, vài cọng tóc lòa xòa bết giọt mồ hôi trên trán, hai má chị Châu ửng hồng như hồi con gái. Chỉ mấy lúc nầy Châu mới thấy bà xã đẹp và đáng yêu! Phu nhơn Châu không có thói quen ngồi nhậu chung với bạn của chồng nên lui vào trong, nhưng cẩn thận như một chiêu đãi viên lành nghề biết khách lúc nào cần gì và khi hàng gần hết thì refill ngay.

Vô sơ khởi vài lon dằn bụng, dựa lưng vào thành lan can cái deck gỗ cũ sút đinh cột lại bằng kẽm gai, nhìn hàng cây maple, cây pear, và cây apple phía sau vườn, anh Cang mơ màng nhắc:

- Nhà tao hồi đó có hàng bông bụp hai bên con đường dẫn tới nhà thằng Thạc. Lúc trốn nhà đi chơi, tụi tao hay luồn bên trong có khi bị ông già bắt được, ổng xách đầu về. Ở đây mình không thấy loại cây đó.

Trong thời gian hai anh làm giặc trong xóm thì Châu còn nhỏ quá, tới khi Châu hơi biết biết thì hai niên trưởng đã lên Sài Gòn lâu lâu mới về. Cu Châu lớn thêm một chút nữa thì trong xóm không còn con trai đồng lứa. Chị Phương lúc nầy là nữ sinh mặc áo dài lên Sài Gòn ở trọ nhà chú Tâm. Chị Lan thay thế vai trò giữ con nít, tiếp tục chăn cu Châu, nhưng tinh thần thì cũng không hơn gì chị Phương. Nghĩa là chị chơi đàng chị, em chơi đàng em.

Châu phân vân:

- Khi tui lớn lên đâu còn hàng lồng đèn đó.

Cang như nổi quạu:

- Còn cái gì mà còn? Pháo kích nát hết! Gia đình tao mới di tản.

Anh Thạc nói:

- Ở dưới tao thì đủ loại cây trái như bên mình. Nhãn, xoài, đu đủ... thứ gì cũng có. Người lớn tuổi thích sống ở miền Nam nắng ấm là vậy. Hơn nữa, thời tiết không đến nỗi khắc nghiệt. Có điều đi tới đi lui khó khăn. Xa quá muốn thăm nhau cũng bất tiện.

Chợt anh Thạc nhắc tới chị Phương:

- Con Phương có vẻ thích thằng Cang nhưng thằng nầy ba trật bốn vuột quá để nó đi lấy chồng xứ lạ. Tao thì dĩ nhiên bị loại khỏi vòng chiến rồi.

Châu cười biện minh giùm chị Phương:

- Tại anh Cang không mở lời. Chỉ nói *"Không nói làm sao người ta chờ?"*

Anh Cang phân bua:

- Tụi bây nghĩ coi mình sống nay chết mai làm sao dám ngỏ lời? Nếu có bề gì tội nghiệp người ta!

Châu tiếp lời:

- Thời chiến mà! Cuối cùng chị Phương không lấy chồng lính là gì? Ai tránh được?

- Thôi biết làm sao bây giờ? Mọi chuyện trở thành dĩ vãng, một dĩ vãng buồn khôn nguôi!

- Chị Phương còn thề độc không trở về nếu còn giặc.

Cang thở dài:

- Không biết chừng nào mình mới về lại quê hương được?

Như trúng đài, anh Thạc phát:

- Cái gì mà không được? Tao về hoài. Bây giờ dễ lắm. Em út ở bển chơi xả láng. Việt kiều chơi không lại tụi nó đâu!

Anh Cang phản ứng ngay:

- Về là về thế nào chớ về mà trình giấy thông hành rồi xum xoe dắt lũ nó đi ăn nhậu không thấy nhục à?

Thế là không khí đồng hương chìm vào im lặng. Một lát, Cang nói bâng quơ:

- Hồi 75 lũ sâu bọ lên làm người. Thời nầy ở đây sâu bọ cũng nhiều quá!

Hình như anh Thạc kỵ cơ và hơi ớn Cang! Anh Cang trầm tính gốc thầy giáo rồi không biết sao lại lũi vào Không Quân. Sau nầy Châu mới biết ảnh cũng qua Thủ Đức và Pháo Binh trước khi trở thành lính không quân! Chị Phương chê ảnh khờ, không biết nói gì hết, *"thầy giáo cũng phải nói thì học trò mới hiểu chớ!"*

Tuy vậy, qua cách xử sự và ánh mắt của chị, Châu biết là chị có cảm tình với anh Cang, chỉ chờ anh Cang bật đèn xanh, nhưng anh Cang lại né mà chị thì chưa đủ dạn để mở lời trước. Còn Châu thì rất thích vì ảnh đọc sách và biết làm thơ, mẹ Châu nói *"rồi đời nó sẽ khổ"*. Châu không biết mẹ có tuyên truyền gì cho chị Phương không mà sau đó chị hát bài Hoa Biển!

Trái lại, anh Thạc thì theo một trường phái khác: trường phái Lưu Linh và Thần Tài. Nhìn con gì cũng ra món nhậu, nhìn cái gì cũng tính bằng tiền. Anh nói *"Thánh hiền đâu có những thứ đó!"* Vậy thì hơi khó hiểu sao hai anh lại có thể chơi với nhau được? Có điều đặc biệt đắng cay là ông nào cũng cua Phương nhưng đều trớt quớt để cuối cùng bà chị Phương của Châu lên xe hoa "vượt sóng"!

Mà cả hai ông đều trên trung bình: nhan sắc khoảng bảy tám điểm trên mười; về kiến thức thì ít nhiều cũng có học đại học; sức khỏe thì khỏi chê, dù có ghét cũng không thể nói khác được! Hai ông niên trưởng ở cùng xóm mà cũng không nên cơm cháo gì. Bà chị Châu phát biểu không sợ mích lòng *"Hai ông anh mầy: một thì có chiều sâu mà không nói một lời nào, còn anh kia thì óc đặc lại ba hoa chích chòe nổ tứ tung."* Chị Phương vẫn gọi Châu bằng "mầy" mãi cho tới khi Châu có "mợ" thì đổi sang "cậu"!

Ai cũng nói rằng lính Không Quân hào hoa phong nhã, con gái thích "mê tơi", nhứt là "loại" lính áo liền quần! Châu mong điều nầy đúng để an ủi mình, nhưng hình như có vài biệt lệ!? Điển hình là trường hợp của hai ông anh, kế đó là Châu. Có thể nói mà không ngoa là trong suốt cuộc đời, Châu chưa cua được một nàng nào. Hình như các cô không thích nghe thơ văn - trong lớp nghe mệt quá rồi - mà chỉ thích nghe chuyện mấy anh chàng phịa tào lao vui hơn.

Còn cô "nữ sinh áo trắng trinh nguyên" vô phước là bà phu nhơn bây giờ lại là Châu bị cua mà cứ tưởng mình là kẻ chiến thắng. Châu lái phi cơ còn bà xã Châu thì lái phi công. Và cho dù Châu đã gãy cánh và giã từ võ khí lâu rồi, nhưng bà ấy vẫn còn cầm cần lái cho tới giờ, và "nguy cơ" nầy chắc phải vĩnh viễn đeo đuổi Châu cho tới hết cuộc đời!

Ông bà cụ của Châu có tất cả bốn người con, canh hay thế nào mà cứ năm năm cho ra đời một trự. Hay hơn nữa là sanh hai đứa con gái đầu để giữ hai thằng con trai sau. Cậu Út còn nhỏ không đáng quan tâm, hơn nữa được hoãn dịch gia cảnh vì là đứa con trai độc nhứt còn lại trong gia đình có cha mẹ già.

Còn bà chị kế mà người kể lướt sơ qua chỉ có một lần là Ngô Lan Phương, nhưng để phân biệt với chị Linh Phương nên cả nhà gọi chị là Lan. Tiếc là chị đã đi theo ông bà vào dịp hưu chiến "cho binh sĩ hai bên về ăn Tết với gia đình" Tết Mậu Thân 1968 khi chưa biết mùi đời, khiến ông bà gia phải khóc măng.

Dù qua hiệp nhứt, ông bà cụ cũng không thoát khỏi lưỡi hái tử thần trong hiệp nhì vài tháng sau đó. Anh Cang bị bắn rớt nhưng thoát chết, mà cho tới giờ vẫn ở vậy. Còn anh Thạc may mắn sống sót trong đường tơ kẽ tóc nhờ tài mánh mung và ba tấc lưỡi.

Trước đó một vài năm, anh Thạc sau khi công đồn chị Phương không thắng lợi, bèn chuyển hướng mục tiêu, mà chị Lan cũng không để mắt tới mới là lạ, vì nói chung, đẹp thì có đẹp nhưng chị không khôn. Có lần Châu tâm sự với Cang:

- Cũng may cho tui khỏi phải làm em vợ của anh Thạc.

Lúc mới tới thăm nhà Châu, niên trưởng Thạc có hứa mai mốt sẽ trở lại chơi một lần nữa trước khi xuôi Nam, nhưng vợ chồng Châu chờ hoài không thấy tới. Có lẽ người đồng hương tự cảm thấy mình trong đám sâu bọ chăng!

■ *nhuận sắc 240101*

mùa giáng sinh của quỳnh

Đêm hồi hôm trong khi mọi người vui mừng đón Chúa sanh ra đời, thì Quỳnh lại nằm nhà một mình. Nàng đâu còn thiết gì nữa mà vui với thú! Ở nhà, Quỳnh vẫn nghe tiếng chuông nhà thờ đổ giựt ngược liên hồi. Mỗi tiếng chuông là một mũi kim đâm vào tim Quỳnh rỉ máu nhói đau. Nàng thì thầm trong lòng *"Con đâu phải là đứa gian ác, sao Chúa hành hạ con quá vậy?"*

Quỳnh giữ trọn đạo vợ chồng và tình nghĩa với cha con Hằng cho tới ngày anh Tân ra người thiên cổ. Thậm chí sau khi anh Tân qua đời đã lâu, nàng vẫn vững lòng trước đàn ong bướm lả lơi, và trước những con mắt đỏ ngầu đổ ghèn như của con chó tháng Bảy chực ăn tươi nuốt sống nàng của đám đàn ông háo sắc.

Quá nửa khuya một chút, con Hằng đi chơi với

đám bạn về chào rồi vô phòng. Nó lớn rồi có cuộc sống riêng tư, không còn quyến luyến với nàng như trước nữa. Dễ chừng nó có bạn trai rồi cũng nên! Nhìn con gái càng ngày một trắng da dài tóc, đẹp nõn nà tuổi hoa vừa hé, Quỳnh lại cầu mong cho nó sau nầy được suôn sẻ trong tình duyên, đừng như nàng mãi lận đận!

Quỳnh ngồi dậy kéo hộc tủ lấy hai tấm hình đâu lưng chưng chung trong một cái khung nhỏ. Nàng chăm chăm mà không biết mình nhìn. Nước mắt ràn rụa, nàng ôm nó vào lòng. Một người vĩnh viễn đi vào lòng đất lạnh với bạn tù trong đói khát bịnh tật; còn người kia không biết đang ở chơn trời góc biển nào hay cũng vùi thân trong rừng sâu hay làm mồi nuôi cá dưới lòng đại dương?

Quỳnh muốn được một mình với nỗi đau hy vọng và sự đợi chờ dịu êm. Nàng mong con Hằng đừng vào phòng, nhưng khi nó đi ra rồi thì Quỳnh cảm thấy quá cô đơn. Tuổi trẻ có niềm vui thú riêng; hình như nó vô tâm không để ý tới cõi lòng trống vắng của người mẹ lỡ thời.

Nằm dật dựa cả ngày, Quỳnh chỉ đủ sức gượng dậy làm vệ sanh cá nhơn. Nhìn trong gương, Quỳnh không đẹp tuyệt trần như nhiều đàn ông tán tỉnh đã giả vờ nịnh đầm. Thậm chí lúc còn nữ sanh, nàng cũng không kiều diễm như Thanh khen tặng. Vài vết nhăn chợt xuất hiện như một nỗi hằn đau tuổi đời.

Pha một ly café, nàng tự nghĩ chỉ cần điếu thuốc gắn trên môi là Quỳnh trở thành một con đàn bà hư thân dưới mắt thiên hạ. Không phải ốm nghén mà tự nhiên Quỳnh sanh ra bần thần dã dượi. Nếu mẹ Quỳnh còn sống ắt bà sẽ nói Quỳnh mắc bịnh thằng bố tới thời kỳ bất trị! Còn cha Quỳnh sẽ nói nàng mắc bịnh tương tư. Có thể ông già nói đúng! Quỳnh đã đăng báo tới bây giờ là tám lần mà vẫn bặt vô âm tín. *"Lẽ nào...?! À! Lẽ nào...?!"* Nàng không dám nghĩ tới một điều bất hạnh như nàng đã một lần trải qua.

Ngoài song cửa, tuyết vẫn vô tình tiếp tục rơi nhuyễn nhuyễn từng hạt nhỏ. Cái giá buốt thấm vào không gian tịch mịch nhỏ bé của nàng. Tiếng độc tấu Tây băng cầm từ dĩa CD nghe như tiếng suối chảy róc rách hòa trong hơi gió nhẹ thoảng qua khung cửa kiếng, gây cảm giác nhớ về thiên đường không tưởng như lúc hai đứa lang thang dưới hàng cây sao cổ thụ rợp đầy bóng mát dọc theo những con đường dẫn vào vườn Bách Thảo.

Quỳnh ngồi vào bàn định viết cái gì đó nhưng đầu óc trống rỗng. Viết cho ai bây giờ? Một lát Quỳnh lại lăn vào giường. Đâu phải tiếng nhạc khích động xuất quân mà Quỳnh như một con điên muốn quậy phá! Nằm một mình mà mền gối cũng lộn xộn lung tung. Quỳnh rưng rưng nhìn tấm hình bán thân trên bàn mà nàng chỉ mới lấy ra từ trong hộc tủ hồi đêm hôm. Thanh ngạo nghễ trong bộ đồ bay đen nhìn nàng cười. Nhắm mắt lại nàng vẫn hình dung ra khuôn mặt cương nghị mà hào hoa của người yêu một thời vàng son con gái.

Trong không gian chết lặng chỉ nghe âm thanh sè sè của lò sưởi, và tiếng nhạc văng vẳng xa xôi, tiếng điện thoại chợt reo lên. Phải chăng tiếng điện thoại

Quỳnh chờ đợi bấy lâu? Tim Quỳnh đập loạn xạ. Nhưng Quỳnh lại ngập ngừng trong giây phút trước khi nhắc ống nghe.

Tiếng bên kia đầu dây:

- Hello! Hello!

Chỉ hai tiếng "Hello" rồi im như để thăm dò. Nhận ra tiếng chàng, Quỳnh mừng muốn lên cơn suyễn. Như cây khô mùa hạn gặp mưa, Quỳnh không kịp thở, la lớn:

- Anh Thanh! Anh Thanh! Em tìm anh muốn chết!

Giọng Thanh khích động:

- Em ra sao rồi? Em qua đây hồi nào?

- Em qua được bốn năm. Mẹ... mẹ anh còn mạnh khỏe hôn? Còn anh thế nào?

- Mẹ vẫn khỏe. Anh còn độc thân.

Quỳnh chỉ mong câu trả lời có thế. Đàn bà vẫn bất công ích kỷ cầu mong chàng chưa vướng bận thê nhi. Nhưng khi biết được thì Quỳnh đâm ra tự trách mình. Sao anh còn độc thân? Quỳnh đã qua một đời chồng và bây giờ một mình đang đi vào bóng xế hoàng hôn. Đứa con gái Quỳnh đã hơn hai mươi rồi. Quỳnh không khỏi ngạc nhiên, hỏi gặng:

- Anh còn độc thân thiệt?

Hồi mới qua định cư, việc đầu tiên là hỏi thăm người quen cách đăng báo tìm thân nhơn. Nhưng ở đây chỉ có hai tờ báo địa phương của hội đoàn lúc có lúc không. Chừng một trăm ấn bản in bằng

tiếng quê hương ▪ 113

photocopy, chỉ phổ biến trong vòng thân hữu. Mãi sau có người bạn cho mượn một số báo chuyên nghiệp phát hành ở nhiều tiểu bang.

Quỳnh nói trong nghẹn ngào:

- Em đăng báo tìm anh bốn năm nay. Anh biết em nhớ anh tới mức nào hôn?

Tiếng Thanh không nhẫn nại:

- Cho địa chỉ anh qua em liền.

- Ngày mai em vẫn phải đi làm.

- Anh còn nghỉ tới qua Tết tây. Xin nghỉ được hôn?

- Không! Hãng mới. Mới vô làm một tuần lễ.

- Anh qua đưa em đi làm rồi chiều rước em về. Trong lúc ở nhà anh đọc sách và làm cơm đợi em.

Quỳnh không thể chần chờ:

- OK.

Quỳnh đọc địa chỉ cho Thanh ghi:

- Nếu không biết thì lên net tìm chớ em không biết chỉ đường đâu!

Thanh tự tin:

- Sua! Bà già quan sát mà em!

Chợt Thanh hỏi lại:

- Không phải em ở Oklahoma?

- Ai nói anh là em ở Oklahoma? Đây thuộc tiểu bang Michigan. Nhìn trong bản đồ thấy anh ở Tây

Nam của em.

Sau khi cúp điện thoại, Quỳnh bàng hoàng như người mộng du. Mơ tưởng được nằm trong vòng tay của Thanh. Có cảm giác sướng run người trong khi chờ chàng tới. Phải chờ đợi ít nhứt mười tiếng đồng hồ nếu thời tiết tốt, Quỳnh sẽ gặp lại người hai mươi hai năm cũ. Cây khô rồi đây được bón phân tưới nước sẽ đâm chồi trổ hoa lá xinh tươi. Tay trong tay với Thanh, Quỳnh sẽ hãnh diện với mấy con bạn như lần đầu tiên hai đứa đi chơi trong Thảo Cầm Viên, dù có chút ngượng ngùng. Lần đó Quỳnh chỉ biết có chàng chớ đâu màng cảnh vật xung quanh!

Tự nhiên Quỳnh ân hận về sự nhận lời quá sớm của mình. Đó không phải là ý của mình sao? Mình đã đăng báo tìm chàng mong gặp chàng và chờ đợi chàng. Tính làm sao đây? Dĩ nhiên Quỳnh tự quyền quyết định cuộc đời của mình. May nhờ rủi chịu! Dù cha mẹ có còn sống chưa chắc đã can thiệp được việc Quỳnh làm. Vào cái tuổi tứ thập nhi bất hoặc, Quỳnh đã không còn trẻ con nữa. Nhưng không lẽ dắt trai về nhà trong khi mình có con gái lớn? Sẽ ăn nói và dạy dỗ con như thế nào đây? Quỳnh đã chờ đợi một tình yêu gần như không tưởng hăm mấy năm rồi!

Tuy nhiên, Quỳnh còn đủ sáng suốt mướn cái motel gần nhà cho Thanh ở. Trong mấy ngày qua, Quỳnh hưởng trọn vẹn hạnh phúc tưởng chừng bay đi vừa bắt lại. Cái hạnh phúc tuyệt vời của thiên đường hạ giới dành cho một người phụ nữ đang tuổi hồi xuân đáng được hưởng. Đó là phần thưởng của Chúa dành cho nàng sau thời gian thử thách.

Nhưng khi về nhà, Quỳnh có một nửa cảm giác như kẻ vừa ngoại tình, phải tránh né con Hằng. Chừng như nó cũng linh cảm có cái gì hơi khác lạ! Tự nhiên thấy hơi ngượng với con. Không thể để tình trạng nầy kéo dài mãi, Quỳnh gọi con Hằng lại:

- Mấy ngày nay, má ít gặp con. Con vẫn bình thường?

Mẹ nó có bao giờ nói xã giao. Con Hằng ngạc nhiên:

- Có chuyện gì vậy má?

Quỳnh mào đầu:

- Con chơi Giáng Sinh vui hôn?

Con Hằng lửng lờ:

- Thì cũng như mọi năm. Không có gì đặc biệt, má à!

Quỳnh bắt đầu:

- Cho tới giờ con cũng chưa biết mặt ba con. Có bao giờ con nghĩ tới ba con hôn?

Con Hằng thấy khó trả lời. Trong khai sanh của nó ghi tháng Mười Hai năm 1975 dưới tiêu đề độc lập tự do hạnh phúc. Lúc ba bốn tuổi thì nhà nó đói triền miên. Không có đủ gạo phải ăn độn bo bo. Cái thứ gì nhai mỏi răng; ngày mai đi cầu ra hầu như toàn bộ những gì nuốt vô ngày hôm trước. Ai hạnh phúc thì nó không biết chớ nó cảm thấy gia đình nó bất hạnh quá. Suốt ngày lủi thủi ở nhà với bà ngoại. Nó không có ba hay ba nó ở đâu nó không biết. Mẹ nó đi từ sáng tới khuya mới về trông mệt mỏi tả tơi.

Nhiều đêm thức giấc, nó thấy mẹ ngồi thừ nhìn vô vách tường như khóc. Nó phải làm bộ ngủ để mẹ không nhìn thấy. Nó chưa từng thấy một người đàn ông nào trong nhà trừ ông ngoại.

- Dà! Con chỉ biết qua tấm hình.

Đây là tấm hình duy nhứt mẹ nó còn giấu giữ cho riêng mình làm một kỷ niệm tình yêu đầu đời. Nghe nói sau khi mấy ông cách mạng ba mươi về thành, bà ngoại gom đốt tất cả những gì có liên quan tới nhà binh. Tấm hình đó mẹ nó cũng dấu biệt không dám cho người ngoài biết. Cha nó mặc quân phục màu vàng có đeo dây biểu chương một bên trông oai nghi hùng dũng. Cái kết ba nó đội có hàng chữ Tổ quốc - Danh dự. Mẹ nó nói hình nầy cha chụp hồi còn là Sinh Viên Sĩ Quan.

Không biết mặt mũi nhưng nó hãnh diện về ba nó. Ba nó trông ngon lành chớ không luộm thuộm như mấy chú bộ đội Bắc kỳ vô chiếm hai cái nhà lầu của bác Thân và bác Hùng ở hai bên. Các chú mang dép râu xăng quần cuốc cái bồn hoa phía trước nhà trồng rau muống. Rồi không biết mấy chú lấy nón cối múc nước gì tưới hôi quá báo hại nhà nó ở giữa lãnh đủ!

Cách mạng bảo bác Thân và bác Hùng tự nguyện đi học tập cải tạo. Hai bác gái và đám con nít tự nguyện xuống nhà bếp ở. Lúc đầu con Hằng còn chơi với đám thằng Phong, con Thảo, và con Thúy con của các bác ấy ở nhà kho hoặc nhà bếp. Rồi sau đó, nó không nhớ mấy đứa kia đi đâu mất. Khi con Hằng đi học, tụi nhãi con con các chú bộ đội đó gọi nó là con

Ngụy, không thèm chơi! Nó về nhà khóc với mẹ. Mẹ ôm nó vào lòng không biết phải nói gì và nói làm sao cho nó hiểu!

Những giọt nước mắt lăn dài trên đôi má Quỳnh:

- Mất nước bao nhiêu năm là con bấy nhiêu tuổi.

Giọng Quỳnh kể lể:

- Ba con ở tù hai lần. Lần đầu bị bắt làm tù binh trong trận Ba Thu, rồi trao trả sau Hiệp Định Paris. Lần thứ nhì là tự nguyện. Nói là tự nguyện vì không tự nguyện cũng không được!

Nó ngây thơ hỏi:

- Ba con đâu có phạm pháp sao bị tù?

- Phạm pháp có khi không bị tù mà còn được luật pháp che chở! Sau khi họ vô, tất cả những ai có dính líu tới chánh quyền miền Nam đều cho đi tù, tài sản tịch thu hết. Con còn nhớ hai bác gì nhà lầu hai bên nhà mình lúc ở đường Trương Minh Giảng hôn?

- Ba tụi con Thảo con Thúy.... Sao tự nhiên tịch thu tài sản người ta?

- Đó là chánh sách của họ!

- Chánh sách gì kỳ vậy?

- Tại nó vậy! Trong những năm đó gia đình mình sống như thế nào thì con đã hiểu, nhứt là sau khi ba con chịu không nổi cảnh tù đày bỏ xác trên núi rừng Bắc Việt! Thiếu ăn uống quần áo thuốc men. Mà không phải chỉ mình ba con đâu. Trong một cái trại nhỏ, một tháng chết 25 người về căn bịnh kiết ly.

Con Hằng tức tối không kềm chế được:

- Bịnh kiết ly rất thường. Sao họ không chữa?

- Có thể không có thuốc, mà cũng có thể họ không quan tâm.

Quỳnh trở lại:

- Má đã lặn lội tới tận nơi rừng sâu núi thẳm miền Bắc bốc mộ ba con về chôn cạnh ông bà nội trong vườn.

Tiếng Quỳnh đều đều:

- May mắn hai má con mình qua đây. Bây giờ con học cũng gần xong. Nếu còn ở bển liệu mẹ có đủ khả năng và họ có cho con học hôn?

Quỳnh nhìn ra ngoài sân, một màng tuyết mỏng phủ khung trời. Cái giá lạnh thẩm thấu vào lòng nàng. Tiếng nàng trở nên khẩn thiết:

- Trong mười chín năm sau khi ba con mất, đối với con, đối với ba con, và đối với gia đình nội, má có làm gì sai trái hôn?

Tự nhiên sao mẹ nó hỏi như thế? Con Hằng ngập ngừng giây lát rồi vụt chạy lại ôm Quỳnh. Nó sà vào lòng mẹ nó như hồi con nít. Tay vỗ vỗ và tha tha lên lưng mẹ nó. Nó cảm động nói qua màn lệ:

- Má, sao má nói vậy? Con có làm gì khiến má buồn hôn?

- Không! Cho tới bây giờ con vẫn còn là đứa con ngoan của má!

Để cho con Hằng dịu cơn xúc động, Quỳnh nhắc lại:

- Má có làm gì sai trái hôn?

Con Hằng càng khóc lắc đầu:

- Không! Má đã lo cho con quá đầy đủ! Má đã hy sinh suốt cuộc đời cho con!

Rồi hai mẹ con ôm nhau khóc.

Tình yêu đầu đời của Quỳnh là với cha của con Hằng. Lúc ấy cô bé nữ sinh Gia Long Nguyễn Mộng Quỳnh đi công tác thiện nguyện Mùa Xuân Ủy Lạo Chiến Sĩ. Khi nàng choàng vòng hoa, đôi mắt nhìn khiến Quỳnh bối rối. Đó là một khai phá tình yêu đầu đời của thời con gái. Nước da sạm nắng, dáng dấp oai phong, Tân chỉ là một chuẩn úy mới ra trường chớ đâu có quyền thế như những sĩ quan trong Sư Đoàn. Cuộc tình mới đơm bông chưa nở trọn. Qua mùa Hè, Tân mất tích tại trận Ba Thu. Khoảng một năm sau, nỗi tuyệt vọng được đong đầy trong tình cờ bằng hình ảnh một người chiến binh vùng hỏa tuyến.

Cơn bão tháng Bảy thổi vạt áo dài vào bánh xe đã đưa Quỳnh sang một bến bờ mới với Thanh. Rồi tạo hóa lại trớ trêu. Tưởng có thể quên đi hình bóng cũ, Tân lại trở về khuấy động cuộc tình duyên mới.

- Lúc ấy, mẹ có quyền tự do lựa chọn vì ba má cũng chưa hứa hôn với nhau. Nhưng mẹ lại kết hôn với ba con, cố quên đi cuộc tình ngắn ngủi lãng mạn mới, cho nó lùi vào dĩ vãng như một sự tình cờ thoáng qua trong đời. Như chuyến tàu đậu lại một sân ga qua một đêm vắng người trong cuộc hành trình dài.

Quỳnh bỏ lửng câu nói:

- Bây giờ má gặp lại người ấy....

Quỳnh nhìn đứa con gái thăm dò. Hằng đâm ra bối rối vì nó chưa từng nghĩ đến tình cảnh nầy. Dù trong cuộc đời, nó chưa hề gặp mặt cha nó, nhưng ông Thiếu úy Trần Tấn Tân vẫn là cha của Trần Mộng Hằng, trong giấy tờ cũng như ngoài thực tế. Đành rằng mẹ hy sinh suốt cuộc đời cho nó, và trong mười chín năm dài mẹ vẫn chung tình với cha nó, nhưng nếu mẹ nó bước thêm bước nữa với một người đàn ông khác thì nó không đành! Nó cảm thấy như mất mát một cái gì lớn lao trong đời: Tình yêu của mẹ nó. Và trong thâm tâm, nó nghĩ rằng cha nó bị xúc phạm!

Tự nhiên nó ôm mặt khóc và bỏ chạy về phòng. Quỳnh ngồi lại như chính một mình ngồi trong một chiếc ghe lớn giữa đại dương bị sóng nhồi. Xung quanh chỉ hiểm họa. Bốn bề là nước những nước. Trên cao trời xanh thăm thẳm.

Tối lại, Hằng ôm mẹ, nói:

- Con xin lỗi má! Má hy sinh cả cuộc đời cho con. Má có quyền sống cho hạnh phúc riêng má!

Nhưng Quỳnh nhìn con, trả lời:

- Má suy nghĩ kỹ rồi. Má không muốn đặt con vào tình huống khó xử. Từ nay, má vẫn ở với con và hai má con vẫn như ngày xưa. Chỉ sau khi con đủ lông đủ cánh, má mới chính thức....

■ nhuận sắc 240101

hai mươi tám năm sau

(thân tặng Lưu Xuân Bảo)

Từ một vùng quanh năm nắng ấm, không phải tự nguyện cũng không phải tự nhiên mà tôi đổi về cái tiểu bang khỉ ho cò gáy nầy, nơi hầu như mùa đông buốt giá kéo dài tới bốn năm tháng. Gặp thời buổi kinh tế khó khăn, hãng bắt buộc phải đóng cửa bớt chi nhánh và co cụm lại để sống còn. Nếu còn quyến luyến với người con gái mới quen không chịu đi thì tự nguyện xin nghỉ việc. Ruồi nhiều hơn mật chắc gì trong thời gian một vài tháng mà bắt được một chỗ tương đối thơm như bây giờ?! Khi cuộc đời lông bông thì nàng có còn chịu khó chờ đợi như vợ người cải tạo chung tình hay không? Nhờ phước đức ba đời tổ tiên cho nên cái may mắn của tôi là còn... ở không, chưa vướng bận vào con đường thê tử!

Như đa số những anh chàng độc thân tại chỗ khác, thường thì tôi dùng bữa trưa dã chiến tại hãng, thỉnh thoảng mới đi ăn ngoài ở khu thương xá không xa mấy. Trừ những bạn đồng nghiệp - không nói thì quý độc giả cũng biết phần đông là phụ nữ, người tôi tình cờ quen đầu tiên là một ông già sanh hoạt cộng đồng năng nổ, trong một bữa cơm trưa tại nhà hàng Việt Nam có cái tên hay hay: Hoàn Mỹ Restaurant. Ông nầy đồng ý với tôi rằng tên là Hoàn Mỹ nhưng chưa chắc thức ăn hoàn mỹ, cũng như nhiều chuyện rắc rối khác trên cõi đời không đúng như tên gọi!

Đúng ông già là một nhà chánh trị gia lỗi lạc đặc chuyên về vận động quần chúng. Thoạt nhìn nét mặt khờ khạo của tôi là ông biết ma mới bèn hỏi:

- Anh ở đâu mới đổi về đây hả?

Tôi lễ phép rụt rè trả lời:

- Dạ! Cháu mới về tiểu bang nầy.

- Bao lâu rồi?

- Dạ! Mới một tuần.

- Từ tiểu bang nào?

- Dạ! Texas.

Qua câu chuyện buổi sơ giao, tôi bị thôi miên về những công tác ông đã hoàn thành mà tôi chưa được biết. Thế là ông chiêu mộ tôi ngay. Phần tôi, tôi rất hãnh diện quen với một người tai mắt có uy tín trong vùng. Ông rất đàng hoàng, hiếu khách, hòa nhã, và dễ thương. Nói chuyện với ông, tôi đố ai thoát khỏi sự bị khống chế tự nguyện? Nhìn diện mạo ông, tôi cho là mấy ông thầy bói từ trước tới nay đều sai hết.

Vì theo sách thì tánh tình ông ngược lại: đôi mắt quá lanh lợi đến độ tinh ranh, mặt hình tam giác như đầu rắn, và tướng đi loắt choắt không ra vẻ một lãnh tụ cộng đồng!

Ông Thạch - tên của ông - hùng khí ngất trời:

- Ở đây bây giờ đâu còn ai chống cộng. Việt gian Việt cộng thì có!

Tôi thông cảm và chia xẻ tâm tình với ông khi ông thở dài:

- Hai mươi tám năm rồi! Ngày về càng xa diệu vợi!

Từ đó về sau, hầu như tuần nào ông Thạch cũng gọi điện thoại cho tôi một hai lần, nếu không bảo điều nầy thì cũng dạy điều kia. Tình cảm giữa hai bác cháu ngày càng gắn bó như ruột thịt. Trong câu chuyện qua lại, tôi còn đủ nhạy cảm để nhận ra ý bác muốn tế nhị thăm dò xem tôi có phải là kỹ sư hay thợ thường! Khi biết tôi còn độc thân tại chỗ thì ông rủ tôi về nhà giới thiệu với bác gái, và bắt cô con gái đang làm chủ tiệm neo trổ tài nội trợ.

Bác gái, mà sau nầy tôi biết được là chắp nối sau khi bà trước nói lời từ biệt, tâm sự:

- Vợ chồng tôi có chỉ mình nó đấy anh ạ!

Và bác hãnh diện khoe:

- Nó ngoan đạo lắm. Từ trước đến nay chưa bỏ sót một lễ nào!

Để tô thêm cái tài năng đặc biệt của cô con gái một, bác Thạch nhẹ nhàng xen vào:

- Chị ấy lại ở trong ca đoàn nữa!

Tôi biết ngay một điều là ai may mắn về làm rể nhà nầy thì mặc sức thưởng thức thánh ca và nghề nấu nướng của cô Christina. May mà cô gái giống mẹ nên còn chút dung nhan nữ giới! Nhưng cái điều giống cha về nói năng hoạt bát thì ai cũng phải công nhận. Lỡ tiếp chuyện với nàng thì khó mà rứt ra về được. Không hiểu chuyện ở đâu mà nàng có thể nói từ chuyện nầy sang chuyện khác hàng giờ không ngừng nghỉ; nói chảy nước dãi, nói văng nước miếng, hớp một tí nước rồi nói tiếp!

Chừng như bác gái cũng chán nghe những lời lập lại của cô con gái. Một lát, bác gái xen vào câu chuyện thả bong bóng thăm dò:

- Anh có đạo không?

Tôi trả lời liền:

- Dạ có!

- Anh có đi nhà thờ thường không?

Tôi cười:

- Thỉnh thoảng thôi, bác ạ!

Bác gái có vẻ mất vui. Tôi giải thích:

- Cháu đạo *vòng* mà!

Chỉ cô Christina hiểu ý tôi. Cô cười lên tiếng cố ý cho tôi nghe:

- Anh ấy chỉ đi lòng vòng thôi, mẹ ạ!

Thế là bác gái làm thinh, nét bất mãn hiện rõ trên khuôn mặt hình bầu dục chưa một vết nhăn, thoạt nhìn không ai dám đoán rằng bác đã trên năm mươi cái xuân xanh. Sau nầy khi quen hơi thân thân, Christina cho biết:

- Thỉnh thoảng mẹ vẫn đi căng da mặt đấy chứ!

Tôi hỏi còn cô thì cô cười trả lời:

- Em tự nhiên!

Ông bà cha mẹ tôi xưa nay hiền từ nhơn đức cho nên tôi may mắn được gia đình một lão trượng hàng cha chú quan tâm, thương mến, và dìu dắt. Nhưng không phải hàng tiền bối nào tôi cũng nể nang ngưỡng mộ như vậy đâu!

Ngoài bác Thạch ra, tôi còn quen một ông nữa, chạn anh thứ năm của tôi mà tôi thì bằng tuổi thằng con thứ nhì của ông ta. Sở dĩ tôi biết chuyện nầy là vì ông đi lính khoảng thời gian với ông anh nhà tôi. Ông nầy mới nhìn thì không làm sao có cảm tình cho được. Chắc bây giờ hơi ốm, sợi dây nịt xiết lại để cái lưng quần đùn phía sau chừng năm phân (hai inches). Đã sói, tóc không chải gỡ để bù xù, mấy cọng ngắn thì dựng ngược, và da mặt xếp nhiều li trông như những con suối khô. Cái cổ dài như của đàn bà ốm nghén, hằn lên hai sợi gân chụm lại một lỗ sâu hoắm phập phều theo hơi thở khiến trái cấm Adam càng cao như quả núi Châu Thới ở Biên Hòa. Ông không vồn vã, không hiếu khách, lại nói chuyện cà giựt; những người ở đây quen biết ông lâu năm cho rằng ông hơi tưng tưng. Mãi cho tới bây giờ tôi cũng không nhớ tại sao tôi quen chi một người như vậy! Ông gọi tôi bằng *anh* đúng ba lần rồi sau đó kêu bằng *mầy*!

Ông tâm sự:

- Người nói thì nhiều còn người làm thì hầu như không có!

Ông già nhìn tôi, không có vẻ gì soi mói. Nhưng sao cái nhìn khiến tôi bối rối. Có lẽ từ kinh nghiệm hứa lèo của nhiều người, ông đang lượng giá khả năng và thẩm định tư cách của tôi:

- Hy vọng mầy ngoại lệ!

Nhơn dịp năm thứ hai mươi tám, tôi hỏi:

- Năm nay chú có định làm gì hôn?

- Làm! Mầy có giúp tao một tay hôn?

- Giúp. Chú biểu gì làm nấy!

Chú cười tự nhiên:

- Hứa thì rán mà giữ lời!

Nhìn ra ngoài sân, chú Tâm như ôn lại chuyện mấy tuần trước:

- Lúc đầu mười mấy người họp. Ai cũng bảo đứng sau lưng tao. Nghe người ta nói ra nói vô sao đó, cuối cùng thì lặn hết!

Tôi cười:

- Thì đứng sau lưng đấy tới!

Chú Tâm quả quyết:

- Không sao! Còn một mình tao cũng làm!

Tôi quan tâm:

- Có ban văn nghệ chưa?

- Ban văn nghệ đã *book* vé máy bay rồi.

Khi biết tôi hợp tác với chú Tâm làm đêm văn nghệ nầy, bác Thạch vội gọi điện thoại bảo:

- Sao lại cộng tác với ông nầy?

Tôi hỏi tại sao, bác Thạch trả lời:

- Anh mới về nên chưa biết, chứ ở đây đâu có ai chơi với ông ấy. Chao đảo! Thân cộng!

Quả bác Thạch có lập trường hết sức kiên định:

- 30 tháng Tư - ngày mất nước là phải buồn chứ sao lại mở văn nghệ?

Tôi cãi lại:

- Văn nghệ đấu tranh chớ đâu phải vui chơi nhảy đầm! Còn bác nói thân cộng chao đảo là chao đảo thân cộng làm sao?

- Ủng hộ tổ chức gì đó.... Anh thấy bây giờ có còn ai cộng tác với ông ấy nữa đâu!

Tôi phân vân:

- Cái đó để hạ hồi phân giải, nhưng bây giờ thấy việc nầy đúng thì tôi ủng hộ ổng hết mình!

Biết không thuyết phục được tôi nhưng bác không giận. Bác Thạch thật rộng lượng:

- Anh sẽ thấy ông ấy thất bại trăm phần trăm! Nói để anh biết chứ tôi không cản anh đâu. Để anh rút kinh nghiệm! Nhưng sau khi xong nhớ ghé nhà tôi nhậu!

Trước khi tôi kịp bước đi, bác Thạch còn bảo:

- Đông lắm! Các ông ấy lại nhà tôi hết!

Tôi thắc mắc:

- Các ông nào?

- Các ông cộng đồng! Tôi sẽ giới thiệu cho anh!

Dù tôi chẳng thiết và cũng không muốn làm chánh trị, nhưng bác Thạch sẽ giới thiệu cho tôi những nhà chánh trị gia lỗi lạc. Làm chánh trị là phải có viễn kiến mới thành công được! Quả đúng như sự tiên liệu như thần của lão tiền bối mà tôi hết lòng ngưỡng mộ. Quá hơn một tiếng rưỡi đồng hồ mà đêm văn nghệ vẫn chưa khai mạc được. Một phần vì máy bay đáp trễ, mặc khác ban tổ chức cố nán lại chờ thêm khách. Hy vọng những người đi làm neo về trễ. Đợi chờ và chờ đợi. Người đi qua đi lại nhốn nháo. Đếm tới đếm lui vỏn vẹn bảy mươi mốt người kể cả ban tổ chức và gia đình, ngồi chưa kín một góc nhà hàng! Không biết ai mời gọi mà đài truyền hình địa phương cũng có tới. Nhưng thà không tới vẫn hay hơn! Vì nếu ai có xem truyền hình sẽ thấy được quang cảnh vắng vẻ lưa thưa lúc ấy. Tình cờ mà tụi tình báo hải ngoại và quý ông chánh trị gia ủng hộ bác Thạch có cùng một niềm vui!

Niềm vui đó là sự thất bại thê thảm của chú Tâm, như nhiều người phê bình. Nhưng chú Tâm cứ ngoan cố biện minh:

- Dầu thất bại về tài chánh, nhưng tao cho là thành công, về một phương diện khác.

Chú nói mọi người nhập vai theo lời ca tiếng hát của anh chị em nhóm Hưng Ca. Lòng như mở hội giống như hồi xưa mình hát bài Bạch Đằng Giang vậy:

- Mầy có thấy tấm lòng của đồng bào ở đây hôn? Cảm xúc của họ như thế nào khi nghe những bài Hòn Vọng Phu, Hội Nghị Diên Hồng, Chiến Sĩ Vô Danh...?

Tôi không biết văn vẻ tiếp lời chú:

- Bài đồng ca Vọng Nam Quan do gia đình Thái Bình Dương trình diễn hay quá!

- Ờ, Tụi nó chỉ nghiệp dư đấy!

Tôi cười phê bình, mong chú đừng tự ái:

- Vai Nguyễn Phi Khanh dù chú đóng chưa đạt nhưng tôi thấy đồng hương ai cũng khóc.

Chú thú nhận:

- Tại vì tao chưa thuộc bài!

- Chú cũng khóc luôn!

- Ờ! Sao lúc nầy tao yếu lòng quá! Nhứt là tới giờ bế mạc mà đồng hương còn quyến luyến chưa chịu về!

- Tôi cũng ứa nước mắt khi chú nói cám ơn. Chú còn nhớ chỗ nào hôn?

- Chỗ nào?

- Chú nói *mong rằng quý vị lớn tuổi ở đây là những lão trượng trong Hội nghị Diên Hồng, và hy vọng các cháu nhỏ có mặt ngày hôm nay sẽ là những Trần Quốc Toản không được dự Hội nghị Bình Than năm xưa!*

Bên trong tròng kiếng lão, đội dòng lệ từ từ nhỏ

dài xuống hai bên sóng mũi chú Tâm. Chú Tâm nhìn tôi, và tôi cũng không cầm lòng được, hình ảnh chú nhòe dần trong đôi mắt tôi!

Khi tan hàng trời hãy còn sớm. Tôi nghĩ bỏ qua một bữa nhậu cũng uổng, bèn phải giữ lời hứa với bác Thạch! Chú Tâm căn dặn:

- Uống vừa vừa thôi để mai còn tỉnh mà đi làm. Luật Michigan bây giờ khó. Ở tù chớ không phải chuyện chơi!

Tôi ậm ừ cho qua chuyện đặng lên đường cho kịp giờ hoàng đạo. Dù nôn nóng với tiệc nhậu, nhưng tôi vẫn quyến luyến từ giã chú Tâm; chú nhìn theo khiến tôi nhớ đôi mắt mẹ tôi lúc hai anh em từ biệt gia đình. Qua khỏi cái nhà thờ mà phía trước có tấm bảng quảng cáo "Xăng ngày càng lên giá, nhưng Thiên Đường thì miễn phí" là tới nhà bác Thạch thì con đường phía ngoài đang sửa chữa. Dòng xe nối đuôi nhau, lẫn lộn trong đám xe xúc đất, xe cần cẩu, xe cán đá, và công nhơn mặc đồ vàng cam dạ quang đi tới đi lui. Cái không khí tất bật của công nhơn làm việc ngoài đường không át được tiếng ồn ào vui nhộn trong nhà vọng ra.

Tìm mãi mới được một chỗ đậu xe cách nhà khoảng hơn một trăm thước. Hai bên đường đầy xe quan khách ước chừng còn nhiều hơn đồng hương tham dự đêm văn nghệ đấu tranh. Tôi chỉ biết đệm đàn đại khái mà bác Thạch bơm tôi lên tới tận mây xanh, chừng như chỉ thua có mỗi ông cha nhà thờ. Những khuôn mặt cộng đồng là bạn của bác bác giới thiệu tôi không nhớ hết được, nhưng chỉ có cái kết luận chung là ông nào cũng có vai vế ngày xưa, đã từng là cấp chỉ huy. Không biết vô tình hay cố ý, bác Thạch xếp chỗ cho tôi ngồi nhìn vào gian nhà bếp sang trọng toàn gỗ quý, trên mặt lót marble dầy khoảng hai ba phân có vân xanh màu cẩm thạch. Nơi đó, cô Christina tài hoa và ngoan đạo thỉnh thoảng đáo qua lạng lại!

Đám nhậu càng ngày càng hứng khởi hình như nhờ có ma men trợ lực. Mặt mày ai cũng hớn hở, chứng tỏ họ là những người lưu vong tị nạn thành công nơi xứ người. Nếu nói đây là một buổi họp cộng đồng cũng không ngoa, nhưng nhiều người cho biết trong những bữa họp hành bàn chuyện đấu tranh hay chuyện cộng đồng thì không có nhiều người như vậy! Mỗi người một việc, ai cũng bận đưa bà xã đi chợ, rước cháu đi học về, hay đưa người bà con ra phi trường....

Một ông bác mập mạp đô con có bụng, dáng dấp như một nhà chánh trị sành sỏi, mặt đỏ như gà nòi chuẩn bị ra trường đấu, lên gân hùng biện:

- Đấu tranh là phải đấu tranh toàn diện trên mọi lĩnh vực: chánh trị, quân sự, kinh tế, văn hóa, và thông tin tuyên truyền....

Một bác khác ngồi đối diện đi một hơi trăm phần trăm xong trút ngược lon bia xuống để trình làng, tiếp lời cho trọn nghĩa cái kế hoạch đấu tranh toàn diện:

- Điều quan trọng là phải có sự lãnh đạo thống nhất từ trên xuống dưới và từ trung ương đến địa phương.

Bác chủ tiệm neo phê bình:

- Ai như ông Tâm! Thế kỷ 21 rồi mà mời phong trào Hưng Ca về hát làm gì?

Có bác - chắc thuộc trường phái Lưu Linh, chớ không phải trường phái chánh trị xa-lông - hào hứng:

- Hồi ở Việt Nam mong qua Mỹ đặng uống rượu thoải mái. Thì bây giờ uống đi kẻo chết sẽ ân hận!

Ai cũng biết bác Thạch mới về Việt Nam ăn Tết trở qua. Bác nói với tôi thật sự thì bác cũng đâu có muốn về để giữ lời thề trước khi ra đi! Nhìn thấy mặt những thằng bố láo ấy là sôi máu, nhứt là phải kẹp năm mười đô-la vào passport và khúm núm gọi dạ bảo vâng! Bác gặp trường hợp bất khả kháng vì ông cụ qua đời. Tôi cho bác hưởng tình trạng khoan miễn giảm tội - chỉ giảm tội chớ không cho miễn tội! Nhưng có người cho tôi biết không phải bác chỉ về một lần mà thôi đâu!

Bình thường, là một chánh trị gia khôn khéo, bác Thạch không nói những lời vô ích, và càng không tiết lộ những điều khả dĩ làm bằng chứng buộc tội mình, nếu xét theo một khía cạnh nào đó. Nhưng trong cơn rượu ngà say, bác Thạch không nhớ mình đã hân hoan tâm sự:

- Ở bên ấy bây giờ vui lắm!

Nhiều người tiếc:

- Vợ con ở đây, chẳng nhẽ về bên ấy ở luôn!

Một người xen vô:

- Quý bà không cho các ông về một mình đâu!

Mọi người giành nhau nói:

- Hư lắm! Già không bỏ nhỏ không tha!

- Bây giờ không còn sức!

- Thì dùng bửu bối!

- Bây giờ rượu ngon lại không uống được nhiều!

- Thì cứ uống chết thằng Tây nào mà sợ!

- Vô... vô nữa đi!

Một bác tửu lượng hơi yếu đã anh dũng nằm càng trên bàn, tay quơ đổ chén bát tùm lum. Một bên mặt bác đặt gọn gàng lên dĩa thức ăn loang lổ trông nham nhở như máng cám heo ủi vương vãi nửa trong nửa ngoài.

Có tiếng cằn nhằn của những người còn tỉnh:

- Chẳng ra cái thể thống chi cả!

Lẫn lộn trong cái mớ hỗn độn đó, lon ngã, bia chảy tràn lan trên mặt kiếng làm ướt mấy xấp napkin. Người người ngã tới ngã lui đong đưa như hàng cây trước cơn gió bão. Người nói ngập ngừng và cà lăm, kẻ nói bằng một giọng rè rè, và khàn đục của một người trí óc chậm phát triển.

Như trong buổi họp do một người điều hành dở, đủ thứ đề tài được bàn cãi miên man không đầu không đuôi, mạnh ai nấy cười, mạnh ai nấy nói, không ai nghe ai. Nhưng quả thật, trong những chuyện tầm thường của cuộc sống trong nước cũng như hải ngoại, họ đang bàn về đề tài đội đá vá trời đã từng được nói nhiều lần xung quanh cuộc sống của người lưu vong tị nạn, để rồi sau khi mãn sòng ai về nhà nấy tiếp tục kiếp trâu cày ngày nầy qua ngày khác.

Mặc dầu vẫn nhớ lời dặn của chú Tâm, nhưng tới khi tan hàng cố gắng thì tôi muốn mất định hướng! Nhưng tôi từ chối lời đề nghị của cô Christina đòi chở tôi về, vì tôi sẽ có lỗi với người bạn gái thân yêu ở Texas nếu tôi đồng ý. Trong một phút không kềm chế được, tôi tham lam nắm tay Christina an ủi:

- Nếu phải lấy vợ người công giáo thì tôi vô đạo mấy hồi!

Nàng để yên tay trong tay tôi, cười nheo mắt:

- Nhớ nhá!

Và tôi đã ôm hun nàng, mà sau nầy tôi ân hận tới suốt cuộc đời!

Trên đường về nhà có gió mát tôi đã suýt ngủ gục mấy lần. Phải gồng người và bậm môi để lấy lại bình tỉnh. Qua cơn mê, tôi không ngủ được dù biết rằng ngày mai phải đi làm. Tới gần sáng tôi thiếp đi lúc nào không hay. Khi mở mắt ra thì đã gần chín giờ, tôi bèn gọi điện thoại cáo bịnh! Và như một nhu cầu thôi thúc, tôi không thể không gặp chú Tâm.

Ông cười ồn ào:

- Mầy về tới nhà bình yên là tao mừng rồi. Thôi nghỉ ngơi thoải mai rồi ngày mai đi làm đàng hoàng lại! Tao thất nghiệp được nhưng mầy không được phép!

Chú giải thích:

- Tao già rồi ít có nhu cầu chớ không phải như đám nhỏ tụi bây!

Tôi định kể chuyện đêm hồi hôm, nhưng chú ngắt lời:

- Thôi! Chuyện cũ bỏ qua đi! Tao biết hết rồi, đừng nói.

Tôi cụt hứng như một mụ đàn bà nhiều chuyện khoe hột xoàn với một người đàn ông cù lần. Như biết tôi hơi bị tự ái, sau khi hớp một miếng café, chú cười an ủi:

- Mong mầy hãy sáng suốt một chút. Đừng quan tâm tới những chuyện lặt vặt! Chuyện nào mình nghĩ đúng và nghĩ đáng làm thì mình phải làm. Về xem tờ báo tao làm thì biết!

Rồi chú kết luận vắn tắt:

- Tao nghĩ sao nói vậy. Chẳng triết lý lôi thôi gì hết!

Vốn ít ăn ít nói, tôi làm thinh. Chú lại nhìn tôi. Cũng như lần đầu, cái nhìn khiến tôi bối rối! Đôi mắt tôi nhìn con gái thì thế nào các cô đang đi cũng quíu chân; vậy mà bây giờ tôi ríu ríu như cừu non trước mặt con hổ già có nhiều điểm giống cha tôi: cũng roi roi, cũng khắc khổ, cũng thẳng ruột ngựa, cũng ăn nói ồn ào.... Ông về nhà trong cơn mê man chỉ hai hôm rồi qua đời, không nhìn thấy và không biết người thân! Đúng ra là thân xác còn hơi thở của ông ra khỏi trại tù nhưng chính linh hồn ông đã bay vào cõi hư vô rồi.

Ông âm thầm và nhẹ nhàng vĩnh viễn ra đi bỏ lại vợ con trong móng vuốt của bầy thú dữ. Tôi nhờ quen sống cảnh bụi đời và cũng nhờ may mắn mà còn sống sót trong chuyến viễn du, trong khi anh tôi vùi thân dưới đáy biển. Bây giờ mẹ tôi và các anh chị còn ở lại. Mới đó mà đã mười lăm năm! Ngóng trông về cố quốc không khỏi bùi ngùi. Tôi muốn thử thời vận một chuyến để nhìn tận mặt người mẹ Việt Nam đã suốt đời tận tụy với chồng con nay đã gần đất xa trời, nhưng chú Tâm khuyên:

- Mầy không về thì không sao nhưng nếu mầy về thì thân nhân của mầy lập tức trở thành con tin ngay!

Chợt không có dấu hiệu gì báo trước, ông xem đồng hồ rồi đứng dậy:

- Thôi mầy về đi! Tao chuẩn bị đi làm.

Khi tiễn tôi ra cửa, chú nói vừa như than vừa như phân trần:

- Biết làm sao bây giờ? Khả năng mình tới đâu thì làm tới đó! Bây giờ đồng hương không hiểu thì mai mốt họ sẽ hiểu. Chú chỉ muốn hâm nóng tình tự quê hương và lòng tự ái dân tộc ở giới trẻ!

Lần đầu tiên, ông xưng *chú* với tôi! Lòng tôi chùng xuống. Nghĩ mà thông cảm và thương chú Tâm lỗ mãng và khó thương của tôi!

■ *nhuận sắc 240121*

tự nguyện đi tù

*(Thân tặng các bạn Hiếu Anh,
Kha Lăng Đa, và Trương Quốc Thái)*

Từ bến xe lô Biên Hòa - Sài Gòn đi vào một con hẻm đất quanh co tới chừng nào hết đường đi nữa là tới nhà của ông đại úy trẻ. Đây là căn nhà mà sau ngày giải ngũ bất đắc dĩ, người lính Không Quân đã trả để về quê sanh sống.

Nói là nhà chớ thực ra là cái chòi, diện tích đúng mười mét vuông. Dù nhỏ nhưng nhà cũng đủ ba phòng. Phòng ngủ là cái giường sắt nhà binh với tấm nệm cỏ ngã màu vằn vện và lốm đốm như là dấu tích bắn máy bay của mấy anh chàng độc thân. Bên ngoài tấm ri-đô bông cũ màu ngà là phòng khách có bàn ghế bằng gỗ thông dã chiến dành cho khách, còn chủ nhà thì ngồi trên giường. Phía trong là nhà bếp cũng đủ bộ nồi niêu soong chảo, ba bốn cái chén dĩa và hai đôi đũa; tất cả do người chủ nhà cho. Tính từ cửa vô tới tận phía trong nhà bếp vừa đúng bốn mét là tấm vách ngăn với dải nhà sau, trong đó gia đình người chủ nhà có ba đứa con nhỏ ở một căn đôi.

Lúc trước, Khâm - tên ông đại úy trẻ - cũng thường ra vô khu nầy nhậu nhẹt vui chơi với bạn bè nên cũng không xa lạ với người chủ nhà, thượng sĩ Hòa làm trong Đoàn Vũ Khí thuộc Sư Đoàn 3 Không Quân. Hầu như sáng nào ông Hòa cũng gọi Khâm ra phía sau, ngồi trước hiên nhà ông uống cà-phê hút thuốc nói chuyện vớ vẩn chừng tàn vài điếu thuốc. Ông quen miệng xưng hô với Khâm là *đại úy* làm anh vừa cám ơn vừa thấy ơn ớn lại vừa buồn cười:

- Gãy cánh rồi, đại úy cái gì nữa?

- Tại quen miệng vậy thôi, *đại úy!*... ông thầy!

Thấy xung quanh không có ai, Khâm đùa:

- Ông gọi tôi như vậy không khéo mấy ông cách mạng ba mươi bắt tôi đi cải tạo sớm!

Ông Hòa cũng còn cố phân bua:

- Nhưng đối với gia đình tôi, ông chẳng những vẫn là đại úy mà còn là ân nhơn nữa!

Khâm khoa tay bảo:

- Thôi chuyện cũ bỏ đi!

Sau cữ cà-phê thứ nhứt tại đây, Khâm xách cái thùng đạn đại liên đựng đồ nghề ràng sau yên chiếc xe đạp cà tàng chạy thẳng ra chợ Biên Hòa. Những ngày nầy thành phố vui nhộn, cờ xí và biểu ngữ đầy đường. Nếu nói không ngoa, cờ xanh đỏ sao vàng của chánh phủ cách mạng lâm thời cộng hòa miền

Nam Việt Nam treo rợp trời.

Nhiều người bàn tán ông Năm Trang hay ông Tám Tàng được lên làm chủ tịch ủy ban quân quản tỉnh Đồng Nai mà nhiều người vẫn quen gọi là tỉnh Biên Hòa, bây giờ thế ông đại tá Lưu Yếm làm việc trong Tòa hành chánh tỉnh đối diện với nhà thờ. Họ bàn tán vì mấy ông nầy là người xứ sở, gốc gác đâu ở Tân Thanh hay Long Thành gì đó chớ không ai xa lạ! "Để xem mấy ông cách mạng nầy có hơn mấy ông tỉnh trưởng trước hôn?"

Bây giờ Khâm không còn đi bay nữa nên chắc chắn là anh chẳng còn sợ pháo phòng không bắn rơi. Chỗ "làm việc" mới của anh là cái bàn gỗ thông tự tạo có gắn cái ê-tô cũ phía bên phải trên mặt bàn. Cũng có cái hộc tủ đựng đồ nghề cho gọn gàng, mà chỉ mỗi chiều khi dọn tiệm mới bỏ vô cái thùng đạn đại liên.

Chừng hai tiếng đồng hồ sau, mấy chị cán bộ quấn khăn rằn mang dép râu lững thững đi tới mở cửa Phòng Thông Tin phía bên kia đường, cho vài anh cán bộ thông tin chiêu hồi ngày xưa vô, rồi xách giỏ đi chợ. Trông mấy chị bình dân như các bạn cấy hay các cô đi cắt cỏ cho trâu ăn trong quê.

Rồi đám bạn bè của Khâm - cũ có mới có - lại kéo tới, đông đủ như buổi họp liên quân! Đa số các quan trong thành phố nầy hoặc ở ngoài ngoại ô gần đây đang thất nghiệp và đang nôn nóng đi học tập cải tạo. Hỏi cải tạo là sao, một anh tỏ ra sành sỏi trả lời:

- Là học chánh sách của nhà nước mới.

- Rồi sao nữa?

- Rồi yên tâm về quê làm ăn....

Sáng ngày hôm sau, khi Khâm vừa dừng xe thì cả đám đã chờ sẵn tự bao giờ để báo cáo tin tức giựt gân. Vẫn còn một đám đông người tò mò bu quanh mấy tờ giấy lớn dán trước cửa Phòng Thông Tin. Sau khi xem xong, có người hồ hởi phấn khởi, có người tỏ ra đăm chiêu ra chiều suy nghĩ. Chuyện gì sẽ tới đây? Có thật vậy không? Đám bạn bè của Khâm lần lượt báo cáo:

- Thông cáo của ủy ban quân quản gọi ngụy quân ngụy quyền đi học tập.

Mấy thằng nôn nóng mừng ra mặt. Một đứa nói:

- Sĩ quan cấp tá và cảnh sát học một tháng, cấp úy mười lăm ngày. Họ dặn mang theo lương thực và tiền đường cho một ngày đi và một ngày về.

Một anh khá trọng tuổi tiếp lời:

- Học sớm về sớm còn lo chuyện làm ăn. Bây giờ lông bông không tính được gì cả!

Không thấy đám bạn nhắc tới các giới chức hành chánh, dân cử, và đảng phái; có lẽ đám bạn bè nầy không rơi vào những trường hợp đó nên chẳng quan tâm. Sĩ quan cao cấp thì Khâm ít quen, một người bạn ở gần đây thì đã di tản chiến thuật ra Đệ Thất Hạm Đội ngoài biển Đông trước khi có lịnh buông súng rồi.

Bạn bè hạ sĩ quan thì cuộc sống hầu như bình thường, công chuyện làm ăn của họ vẫn tiếp tục. Sau ba ngày học tập tại địa phương về chánh sách mới của chánh quyền cách mạng đối với ngụy quân ngụy quyền và những kẻ có nợ máu với nhơn dân, họ được phát tờ chứng chỉ bằng một mảnh giấy cũ xé ra từ quyển tập học trò không đóng dấu với chữ ký nguệch ngoạc làm bùa hộ mạng để yên tâm làm ăn, theo cán bộ nói, không còn ai dám bóc lột và quấy nhiễu nữa. "Đổi đời rồi chứ có phải như ngày xưa đâu." "Tắm máu" là do bộ máy tuyên truyền của thế lực thù địch quốc tế và Mỹ-Ngụy xuyên tạc cách mạng!

Đối với đám sĩ quan lòng tong như Khâm, ai cũng tự xếp loại mình thuộc diện ác ôn nào rồi, an ủi là mình vẫn còn ít nợ máu hơn nhơn viên cảnh sát, an ninh, và sĩ quan cao cấp! Đám bạn bè gặp nhau trong những ngày nầy chắc đi chung một xuồng, bèn hẹn nhau ngày trình diện học tập. Ai cũng muốn làm sớm nghỉ sớm. Thậm chí có thằng còn tuyên bố "Trâu chậm uống nước đục"!

Bây giờ không còn ăn cơm ở câu lạc bộ sĩ quan nữa, mỗi buổi trưa chị Hồng xách gàu-mên đi bộ ra "tiệm chìa khóa" rồi hai vợ chồng trải báo dưới đất bày hàng ra. Có khi anh chị ăn chung với đám buôn gánh bán bưng dọc lề đường gần đó hoặc mấy anh em xích lô - cũng toàn là phe ta cả - cho vui.

Buổi chiều hôm đó về nhà, Khâm cũng chưa vội nói gì. Sau khi dùng bữa xong, hai vợ chồng ngồi ở phòng khách nhìn ra ngoài xem sanh hoạt trong xóm. Khâm định tiết lộ tin sốt dẻo ngày hôm nay thì cô bé Thanh con ông Tư Huế thợ may chưa gõ cửa đã vội vào khiến anh chị không khỏi bối rối.

Người ta gọi ông Tư Huế là vì ông là người Huế

và nói giọng Huế. Hồi Khâm quen ông Tư Huế, cô bé Thanh còn là học sanh trung học Ngô Quyền, một thời ngưỡng mộ chú Khâm lắm, nhưng chú cứ xem là hàng con cháu làm cô nhiều khi cũng phát tức.

Dường như để phân biệt với thường dân, các cô cán bộ nằm vùng hoặc cán bộ ba mươi luôn luôn quấn khăn rằn đỏ ở cổ. Khuôn mặt quen thuộc nhưng giọng nói xa lạ như từ cõi xa xăm. Bây giờ cấp bậc đại úy của Khâm không còn đã đành, cái vai vế "chú" cũng bị hạ nốt:

- Anh trình diện học tập cải tạo chưa?

Trong khoảnh khắc, Khâm kịp dừng lại để khỏi buộc miệng một cách thân mật là *cô bé*, *con*, hay *cháu* như trước đây:

- Tui trình diện rồi nhưng chưa đi cải tạo.

Giọng cô Thanh trở nên đanh lại và đầy uy quyền như đang hỏi cung:

- Tại sao nhà nước có ra thông cáo rồi mà anh không đi?

Khâm trả lời rằng để ít hôm nữa về quê xin hay mượn tiền bà chị rồi đi. Không ngờ một lời nói mỉa mai có thể thoát ra từ khuôn mặt đẹp đẽ của cháu Thanh ngày nào:

- Anh làm sĩ quan, có thêm lò võ mà lại không có tiền?

Thật sự Khâm sửng sờ trong phút giây. Đó là câu nghi vấn của một người lạ chớ không phải của con ông Tư Huế mà anh đã quen trong nhiều năm. Khâm

tiếng quê hương ▪ 143

cảm thấy như bị xúc phạm, và đây cũng là lần đầu từ ngày buông súng, anh mới cảm thấy uy lực của chánh quyền mới, chánh quyền cách mạng khăn rằn đỏ!

Lần trình diện đầu tiên hai ngày sau biến cố, Khâm tưởng mình mơ khi trình diện một người chuẩn úy già Không Quân nằm vùng làm trong Đoàn Vũ Khí thường vui vẻ xưng bằng *em* và gọi Khâm là *ông thầy*, dù anh chỉ lớn hơn con gái ông ta chừng vài ba tuổi. Mặt lạnh như tiền, ông hỏi tên tuổi số quân, và địa chỉ hiện tại.... Khâm cam phận và hiểu được thái độ của kẻ chiến thắng dĩ nhiên không vồn vã như hồi xưa.

Sau khi cô Thanh về rồi, Khâm như người vừa bị ngựa đá lại bị bò đạp. Anh mơ hồ linh cảm về số phận của mình. Chị Hồng cũng trăm mối ngổn ngang. Bà ngoại già thiếu nguồn tiếp tế, em út chưa đứa nào học hành xong, con cái còn nheo nhóc, nhà chỉ còn đủ tiền chợ cho một bữa cơm đạm bạc.

Thôi thì khóa cái thùng đồ nghề vào cột đèn, dán thông báo tạm nghỉ mười bảy ngày, sau đó về làm tiếp. Nhưng mà anh lại sợ nghỉ lâu quá thì khi mình trở về mất hết khách. Bà xã anh thì với cái bằng đánh máy tiếng Anh *ai người ta mướn?!* Chị Hồng không để ý tới thùng chìa khóa, đề nghị:

- Để ngày mai em về Long An mượn đỡ chị Hạnh mười ngàn cho anh làm hành trang lên đường.

Khâm cười gượng:

- Lâu lắm mới nghe em nói một câu văn chương!

Chị Hồng được nước:

- Văn chương cùng mình bây giờ hổng xổ chừng nào mới có dịp dùng tới!

Một lát, chị Hồng như nói một mình:

- Định trong ít hôm nữa mướn cái nhà khác rộng hơn một chút rồi về dưới rước mấy đứa nhỏ lên....

Vì hồi hôm phải trả bài xem như một sự ủy lạo bà xã trước chuyến đi xa, sáng ngày hôm sau mãi tới chín mười giờ anh Khâm mới gượng bò dậy nổi. Như thường lệ, chị vẫn dậy sớm chu toàn bổn phận người nội trợ truyền thống. Hành trang lên đường của anh đã chuẩn bị xong rồi từ mấy ngày trước.

Thật sự nó còn đơn giản hơn hồi anh đi nhập ngũ mười năm về trước rất nhiều. Ngoài kem đánh răng, bàn chải, khăn mặt, đồ cạo râu, giấy bút, chỉ có hai bộ đồ lót, hai bộ đồ tây nửa sạc để mặc đi học. Đặc biệt có một bộ đồ "ăn nói" mới nhứt để mặc khi làm lễ mãn khóa và anh sẽ mặc bộ đồ đó đi về cho có vẻ lịch sự một chút. Ăn uống thì trại lo, tiền đóng dự trù đã đủ. Mình chỉ an tâm học tập cho tốt để mai mốt trở thành một công dân lương thiện lo làm ăn và lo cho gia đình. Chị Hồng không quên dúi thêm chút đỉnh tiền để anh ăn quà vặt và làm lộ phí khi trở về.

Chị Hồng chỉ phải lo cơm nước cà-phê cà pháo cho chồng trước khi cất bước. Ông thượng sĩ Hòa muốn dành sự riêng tư cho anh chị nên không sang đưa tiễn, chỉ tới chào từ biệt vào phút chót, hẹn nửa tháng sau khi Khâm cải tạo trở về, ông sẽ cho ở căn đôi phía sau sát gia đình ông, rồi kiếm chuyện gì "làm chung cho vui và cho qua ngày đoạn tháng."

Chị Hòa vỗ vỗ vai chị Hồng như để an ủi chị đừng quá xúc động, "chừng nửa tháng chú ấy về chớ có lâu lắc gì!" Anh Khâm không quên gởi gấm chị Hồng cho gia đình ông bà Hòa, và anh chị cũng chưa nghĩ tới phải đem sắp nhỏ lên trên nầy trong thời gian anh đi học. Mấy đứa con của ông Hòa cứ quấn quít chú Khâm không rời, bảo "về dạy tụi con học và dạy tụi con đánh nghề võ."

Trong xóm nhỏ toàn là dân nghèo nầy chỉ có hai gia đình cách mạng nằm vùng, mà nếu cách mạng không thành công thì đâu có ai biết được! Hồi xưa thỉnh thoảng có người lạ tới chơi được giới thiệu là người làng vào trong nầy làm ăn. "Ở ngoài đó khó khăn quá!" Thấy tội nghiệp, anh Khâm giới thiệu việc làm cho. Anh có cảm tưởng mơ hồ rằng mình vừa làm một việc gì sai quấy.

Ngày anh lên đường, không thấy những người ấy, có lẽ họ đang đi công tác đâu đó, còn những cư dân cách mạng ba mươi thì không muốn "quan hệ với đám ngụy" sợ ảnh hưởng tới sự nghiệp cách mạng đang lên như diều. Ý hẳn họ căm thù tên giặc lái phản dân hại nước có nhiều nợ máu đối với nhơn dân. Nay cách mạng tha cho tội chết đã là may mắn lắm rồi. "Đi học tập cải tạo nửa tháng là về, chớ ai giết chóc gì? Đâu phải như thời Mỹ-Ngụy!" Chỉ những người cựu quân nhơn là ra chào từ biệt có vẻ quyến luyến và chắc chắn một trăm phần trăm còn gặp lại.

Chị Hồng vác ba-lô, anh Khâm chở chị trên chiếc xe đạp cà tàng đổi một chiếc xe Honda đam cho bộ đội ít hôm sau ngày 30 tháng Tư, mà còn phải cám ơn rối rít. Anh bộ đội nói xe đạp tiện dụng hơn không cần phải đổ xăng vào thời buổi nhiên liệu khan hiếm. Anh nói xa nói gần để mọi người hiểu rằng hình như chỉ bộ đội và cán bộ cách mạng mới có quyền chạy xe gắn máy, ở nhà lầu, và đi xe hơi mà thôi.

Chưa đến Lò Lu nơi trình diện học tập, anh chị mới chạy tới chợ Tân Mai thì gặp phải một đám đông dân chúng bu quanh mấy người cách mạng ba mươi cổ quấn khăn rằn đỏ và tay đeo băng cũng màu đỏ. Người ta phản đối đến ồn ào hỏi tại sao tịch thu xe của người ta.

Anh Khâm phần không muốn rắc rối, và phần thì muốn mau tới nơi học tập, chưa kịp lách đi ngõ khác thì một dân quân cách mạng còn thật trẻ chận xe lại xét giấy tờ xe. Anh chị trình bày thế nào cũng không được đồng ý. Anh cán bộ trẻ nói:

- Xe không giấy tờ thì chỉ có xe ăn cắp.

Chợt một anh cán bộ ba mươi khác - chắc là trưởng toán hay tổ trưởng - vừa chỉ cái ba-lô vừa hỏi:

- Cái gì trong nầy?

Chị Hồng chưa kịp trả lời thì anh cán bộ ra lịnh đàn em:

- Các đồng chí! Xét cái ba-lô nầy xem có gì không?

Anh cán bộ trưởng toán nhìn Khâm chằm chập hỏi:

- Định đi trốn hả?

Anh Khâm trả lời là đi tìm khu Lò Lu để trình diện học tập cải tạo. Anh cán bộ nhìn Khâm từ đầu tới chưn như để đánh giá xem Khâm có giống sĩ quan không. Dân chúng tò mò bắt đầu bu quanh. Anh tổ trưởng muốn tỏ tài hùng biện của một cán bộ cách mạng trước quần chúng liền lên giọng dõng dạc:

- Anh gây nhiều nợ máu với nhơn dân lắm. Đảng và nhà nước đã khoan hồng cho đi học tập cải tạo để trở thành người lương thiện lo làm ăn. Mai nầy... mai nầy....

Anh còn định nói gì nữa nhưng ngập ngừng vì quên bài học thuộc lòng nên kết luận:

- Thôi cho hai người đi đi!

Quay sang các đệ tử, anh cán bộ trưởng toán ra lệnh:

- Các đồng chí! Tịch thu chiếc xe nầy sung vào công quỹ.

Vợ chồng anh Khâm mừng thầm là chỉ bị tịch thu xe mà không bị buộc tội ăn cắp. Anh bảo chị về đi để anh đi bộ một mình cũng được, nhưng chị không chịu, cứ lẽo đẽo đi theo. Anh chị hầu như không nói thêm gì nữa cho tới khi hai người tìm được và vào trong khuôn viên Lò Lu.

Anh Khâm cầm tay chị Hồng và nhìn thẳng vào mắt chị để cất sâu vào tiềm thức hình ảnh một người tình, một người vợ tao khang, và một người chiến hữu từng sát cánh bên anh trong những ngày gay cấn nhứt của cuộc chiến. Những lần đi biệt phái xa thường là nửa tháng anh chị cũng chưa bịn rịn như lần nầy.

Chị không khóc nhưng rơm rớm nước mắt. Anh ôm nhẹ một cái rồi buông chị ra. Chợt chị ôm anh và hun dồn dập rồi bỏ chạy ra cổng. Anh thẫn thờ như người mất hồn nhìn theo dáng chị tới khi khuất ngoài bờ tường gạch trước cổng, tưởng chừng như một kỷ niệm và một hình bóng mờ phai.

Ở trong khu cư xá gia binh Liên Đoàn 3 Biệt Động Quân vài ba ngày mới biết được ở đây toàn đại úy quân lực Việt Nam Cộng Hòa thất trận buông súng ở trong hai trại: Trại 2 và Trại 3; còn sĩ quan cấp tá ở trại Cát Lái gọi là Trại 1; trung úy và thiếu úy ở Thành Ông Năm, Hốc Môn.

Phần đông cán bộ là dân miền Nam ly khai hoặc tập kết trở về. Một tuần lễ trôi qua cũng chưa thấy động tịnh gì. Thượng úy Lê Kính, chánh trị viên trại người gốc Quảng Bình, nói còn đợi một số anh em chưa trình diện kịp, và nhứt là đợi giáo viên chánh trị từ trung ương ngoài Bắc. "Các anh là trí thức cho nên cần giáo viên có trình độ chánh trị cao cấp. Nước nhà mới độc lập thống nhất, các anh lớn còn bận nhiều công tác quan trọng hơn." Các học viên im lặng tin tưởng vào chánh sách của nhà nước cách mạng.

Có lẽ trừ một số ít trốn vô bưng tiếp tục cuộc kháng chiến chống cộng và một số rất hiếm cố tình trốn cải tạo, tất cả số đại úy còn lại cư trú hay tạm trú ở hai tỉnh Biên Hòa và Long Khánh cũ đều gom bị vào đây cả. Khóa học đầy đủ tất cả các quân binh chủng Việt Nam Cộng Hòa, kể cả các nhà sư và linh mục tuyên úy. Các đại úy vụ Còi Hụ Long An bị cách chức xuống thành binh nhì cũng không được hưởng ngoại lệ.

Chừng ba bốn mươi đại úy hợp thành một tổ, có một tổ trưởng đứng đầu thường được cán bộ lựa trong các gia đình có công với cách mạng, chia nhau đúng mười người ở một phòng, mà trưởng phòng là do nội bộ sắp xếp. Trưởng phòng của Khâm, đám trẻ bầu ông đại úy già Papa Wòng A Sáng giải ngũ đã lâu, mà theo thông cáo của ủy ban quân quản tỉnh Đồng Nai, khỏi phải tập trung cải tạo, chỉ học tại địa phương ba ngày là đủ. Ông tâm sự là đã năm lần bảy lượt năn nỉ cán bộ cho ông đi học thì ông mới yên tâm trở về lo đám rẫy ở Gia Kiệm được.

Nội quy thì các học viên đã "nắm" từ khi mới nhập trại nên không ai dám nhảy dù về thăm gia đình. Kể cả các anh có nhà ở vòng đai của trại cũng không dám phá rào, chỉ ra dấu hay nhắn nhủ với thân nhơn vài ba câu nhờ gởi ít đồ dùng. Cán bộ nói không cần hàng rào kẽm gai. "Hàng rào là hàng rào lương tâm của các anh vì chính các anh đã xác định quyết tâm học tập."

Cứ cơm ngày hai bữa có tổ trực luân phiên lo, học viên được phát báo Quân Đội Nhơn dân, ít ngày sau có báo Sài Gòn Giải Phóng, đọc thoải mái. Tối lại có buổi họp điểm báo tới 10 giờ đêm phải đi ngủ "để giữ gìn sức khỏe mà học tập, không được đi đâu linh tinh."

Ban ngày thì hầu như anh em hoàn toàn muốn làm gì thì làm miễn là trong phạm vi trại. Nhiều lớp nhạc lý và ca hát, Anh văn, coi tay, coi tướng, và tử vi nở rộ. Lại có vài ba người được cắt cử đi chợ Thanh Hóa mua đồ dùng giùm anh em. Cán bộ cách mạng nói "đảng và nhà nước lo cho các anh quá" làm một số đại úy mủi lòng mà cám ơn cách mạng.

Một tuần rồi hai tuần trôi qua, tổng số tổ đã lên tới thứ 14 rồi mà trại cũng chưa bắt đầu chương trình. Tới ngày thứ mười sáu mười bảy, đúng ra phải là ngày học hết chương trình và hôm sau là ngày mãn khóa, một chiếc xe nhà binh chở đầy kẽm gai tới làm các trại viên thắc mắc. Cán bộ chánh trị giải thích: "Bên ngoài tình hình vẫn còn găng lắm: nhơn dân cứ tìm thanh toán những người có nợ máu. Tình hình chưa được ổn định hoàn toàn. Nếu có cán bộ nào đó vì quá căm thù Mỹ-Ngụy mà lỡ nặng tay với các anh thì cũng khó mà truy cứu. Dù các anh lầm lỡ nhưng đảng và nhà nước cũng thương không muốn nhơn dân vì phẫn nộ giết bừa bãi. Lỡ các anh có mệnh hệ gì, đảng ăn nói làm sao và lấy ai mà đền cho gia đình vợ con các anh đây? Cho nên phải làm hàng rào phòng ngừa những chuyện bất trắc như thế có thể xảy ra."

Các trại viên ngẫm nghĩ thấy cũng có lý. Nghe nói ở Bình Chuẩn bên tỉnh Bình Dương, bảy tám sĩ quan bị hành hình vô tội vạ trước sân cờ trụ sở ủy ban nhơn dân xã. Lại thêm một anh cảnh sát viên - có cha đi tập kết và người anh trước là sĩ quan Việt Nam Cộng Hòa theo cách mạng năm 1968 - suýt bị cho đi mò tôm nếu hai cán bộ cách mạng nầy về không kịp.

Rải rác khắp nơi, dân chúng vẫn thường nghe những người ngày xưa nổi tiếng sát cộng bị những kẻ lạ mặt nửa đêm tới bắt đi, mà vài ngày sau thân nhơn tìm được xác nổi lên dưới sông hoặc ở gò mả hoặc nơi nào đó trên sườn đồi hay bên vệ đường. Nỗi ám ảnh kinh hoàng phủ trùm lên mọi nhà nhứt là ở những gia đình có người thân làm việc cho chế độ cũ, mau chóng thay thế không khí hồ hởi phấn khởi trong những ngày đầu sau khi cách mạng thành công.

Rồi trừ tổ luân phiên trực nhà bếp, các tổ khác tự giác tự nguyện lo làm hàng rào. Lạ thật chỉ trong vòng một ngày hai ngày, Trại 2 sẵn sàng như một vị trí đóng quân, bốn góc đều có lồng cu, và ngay tại cửa ra vô có cái trạm kiểm soát cho vệ binh thay phiên nhau ngày đêm canh gác. Bây giờ nhơn dân nào dám tấn công vào trại để đòi nợ máu nữa? Đảng và nhà nước đã "bảo vệ an ninh cho các anh" một trăm phần trăm rồi!

■ *nhuận sắc 240121*

tu xuất

*(Riêng tặng Nguyễn Thị Hồng Lạc,
Thân tặng Đoàn Văn Bé và Huỳnh Văn Bé,
Tưởng nhớ Trương Văn Huấn, Nguyễn Văn Mẫm,
và Thái Văn Xích)*

Vợ chồng ông Chín dọn về khu hoang địa ấp Phước Hưng Ngoài vào những ngày đình chiến. Căn nhà lá nhỏ như cái chòi cất trên miếng đất bỏ hoang của bà chị là người có vai vế trong xã. Vợ chồng ông vừa làm tá điền vừa trông coi những cánh đồng cò bay thẳng cánh của bà chị với tư cách là người liên lạc hoặc có thể xem như người đại diện cũng được.

Trừ Ủy viên Hộ tịch, chắc ít có người biết tên thiệt của ông. Ông tự nhiên mang một cái tên mới là Ông Chín Chòi. Nhưng như để bù lại, vợ chồng ông rất hãnh diện với bà con lối xóm nhờ thằng con học giỏi thứ nhì lớp Nhứt C thầy Sáu An trường tiểu học Rạch Kiến xã Long Hòa. Vậy mà cuối năm gần tới ngày thi tuyển vào trung học của cậu ấm, ông bà cũng lo lắng không ít.

Vừa nằm trên võng đong đưa lâu lâu ngừng lại với tay bưng tách nước trà để bên cạnh bà, ông nói nửa như bâng quơ:

- Thời gian gần đây mấy trường nhà nước dạy đâu ăn thua gì. Bà coi, số học trò đậu đâu có bao nhiêu, chỉ đếm trên đầu ngón tay!

Cạnh gói thuốc rê Gò Vấp của ông Chín, bà đang ngồi trên bộ ngựa gần khay trầu cũ kỹ cẩn hạt trai là của truyền gia của dòng họ và cái bình tích xức vòi hàn lại nhưng người ta vẫn trông thấy cái lằn đen, một đầu gối chống lên, miệng nhai trầu lâu lâu xỉa một cục thuốc to tướng, vội bào chữa:

- Đó là học trò dở, chớ thằng nhỏ mình học nhứt nhì trong lớp chẳng lẽ không đậu?

Ông không trả lời câu hỏi của bà:

- Năm ngoái trường Minh Thiện đậu hơn chín mươi phần trăm, còn trường nhà nước chỉ có bảy đứa!

Hớp một ngụm trà nữa, vân vê điếu thuốc rê trên tay, ông tiếp:

- Mà tôi nói vậy có đúng hay không?

Ngẫm nghĩ thấy ông nói đúng, bà Chín đâm lo, *"chỉ cầu trời khẩn Phật chớ làm sao bây giờ! Mình đâu có tiền mà cho con học luyện thi!"* Chỉ có anh học trò là phây phây, gần tới ngày thi anh mới gạo bài.

Ông bà lấy làm lạ:

- Sao tao không thấy mầy học hành gì cả?

Cậu vốn ít ăn nói, vẫn trả lời như mọi khi ông bà hỏi tới:

- Con thuộc lòng hết!

Vì ít chữ nghĩa, chẳng hiểu chuyện học hành ra sao, nhưng khi nghe cậu con nói vậy thì ông bà cũng tạm yên lòng đôi chút. Tuy nhiên ông bà cũng nói vớt vát một câu:

- Con người ta cắm đầu cắm cổ học từ đầu năm chưa ăn thua gì. Tà tà như mầy thì có đậu ngọn cây!

- Người ta khác, con khác chớ má!

Thật vậy, hình như bài nào cậu cũng thuộc và bài toán nào cậu cũng biết. Trước ngày Ngộ đi thi bà Chín biểu cậu ấm đi ngủ sớm "đặng giữ sức khỏe. Nếu không, mai ngủ gục làm sao làm bài?" Rồi sáng sớm từ lúc gà gáy hiệp hai ông bà đã lôi cổ cậu dậy sửa soạn đi ra đường cái xuống nhà ông hai Dến đặng đi chuyến xe ngựa sớm nhứt mà ông bà đã dành chỗ sẵn cho hai cha con. Cậu ấm cũng không có ý kiến gì, chỉ làm như cái máy.

Nhưng điều làm cho cậu thích thú nhứt là ăn cốm ngò và uống sữa nước sôi tại tiệm tàu phía trước dinh quận gần bến đò qua ấp Mỹ Lại. Sao mà thơm ngon ngọt lịm, cậu chỉ được phép thưởng thức những khi bị đau ốm mà thôi!

Nửa tháng sau công bố kết quả không có tên cậu trong danh sách, chỉ mỗi một mình Nguyễn-Thành-

Dung-nhứt-lớp sau nầy làm tới bác sĩ là đậu. Ngộ không biểu lộ một thứ tình cảm vui buồn! Ông Chín xem như đã biết trước kết quả không nói năng gì, còn bà Chín thì lại tức tối "sao đứng nhì trong lớp mà không đậu được?"

Ông Chín nhìn ra cánh đồng lúa non trước mặt xuyên qua khoảng trống giữa hai cây dừa già, thủng thẳng nói:

- Thì tôi nói có sai đâu? Bộ học giỏi trường nhà nước là đậu sao?

Rồi hai ông bà tính tới chuyện cho cậu học lớp Tiếp liên thầy Minh Tâm là chắc chắn sang năm phải đậu. Mà chưa tới sang năm cậu đậu thiệt, nhưng vào trường trung học Cần Đước mới mở vào giữa năm để đáp ứng số học trò tăng nhanh. Tính ra thì cậu không phải mất năm nào.

Ban Giám học cho biết là vì trường mới mở nửa chừng không trọn năm học cho nên có hôm phải bắt các em học nguyên ngày. Vấn đề quan trọng đặt ra sau khi cậu thi đậu là nơi ăn chỗ ở vì nhà cách trường tới mười lăm cây số.

Ông bàn:

- Hay là mua cho nó một chiếc xe máy?

Bà phân vân:

- Bán mấy giạ lúa thì mua được rồi, nhưng đi như vậy sức đâu mà học. Đó là tôi chưa tính bốn cây số đường đồng từ đây ra chợ làm sao mà chạy xe máy? Không lẽ bắt nó dắt. Nó còn nhỏ quá mà!

Ông buột miệng:

- Còn nhỏ sao cho nó ở một mình? Hay là gởi xe nhà chị Sáu rồi đi bộ về.

Bà gạt ngang:

- Thôi gởi xe phiền phức lắm! Ông tưởng chị Sáu chỉ dễ chịu lắm sao?

Như nhớ ra điều gì, bà Chín tiếp:

- Một mình đâu một mình? Thì cũng ở chung với người ta.

Ông cũng giả lả:

- Thì ở chung cũng là ở riêng. Nó đâu có ở với mình. Bà hay đi chùa hốt thuốc Nam, đâu hỏi xem thử có gởi nó được hôn?

Ngày hôm sau bà lãnh sứ mạng đi thương thuyết. Tìm cái chùa nầy không khó khăn mấy. Chỉ qua khỏi ngã ba Cây Xăng chừng năm trăm thước là ngôi chùa hiện ra bên trái trên nền đất mới với hai hàng dương liễu hai bên. Những người không biết chữ cũng có thể đoán ngay ra đây là phòng thuốc Nam nhờ những cái nia phơi đầy cây- cỏ- lá trước sân.

Đúng ra thì nó giống như nhà hơn là chùa Phật nhưng chỉ khác hơn là cái hông xoay ra ngoài đường cái và bên trên có bảng hiệu viết bằng chữ Quốc ngữ đọc theo Hán Việt "Tịnh Độ Cư Sĩ Phật Hội Việt Nam," dưới một chút thêm hàng chữ "Phòng Thuốc Nam Phước Thiện." Cửa lớn hai cánh đi vô chánh điện đóng im ỉm, chỉ ngày Rằm và mồng Một hoặc khi nào có Đại Lễ mới mở. Bình thường thì khách đi vào bằng một trong hai cái cửa hai bên sau khi đi vòng qua bồn hoa mười giờ dưới chưn cái cột cờ cao tấp.

Cách trang hoàng bên trong lại càng không giống cảnh niết bàn như ở các chùa khác: không nhiều tượng Phật và cũng không có bức tranh Mục Kiền Liên xuống địa ngục thăm nuôi mẹ cũng như cảnh hành hạ thiêu đốt hoặc cưa hai nấu dầu ở địa ngục.

Điều đập vào nhãn quan thiên hạ đầu tiên là cái quầy lớn và phía sau là hai ba dãy tủ với rất nhiều hộc dán nhãn tên thuốc. Một người đang ngồi ở bàn xem mạch đứng dậy chào bà Chín. Được biết đây chính là y sĩ trưởng Mười Tiết. Nếu không tiếp xúc với anh trong phòng thuốc thì người ta có thể tưởng anh là võ sĩ với dáng vóc cao lớn da ngâm ngâm đen và đôi mắt lộ.

Quả đúng như bà Chín đoán là cậu ấm không ở một mình mà ở chung với hai cậu nữa trông lanh lợi hơn cậu ấm của bà nhiều. Ví dù không có hai em nầy thì cũng có chú Mười y sĩ, người đạo hạnh, nói năng từ tốn, trái hẳn diện mạo bên ngoài khi mới thoáng nhìn.

Chú Mười nói:

- Con không dám hứa nhiều với bác nhưng con sẽ cố gắng hết mình. Đa số các em ở chùa đi học đều ngoan ngoãn và thành công hết!

Bà tâm sự:

- Vợ chồng tui có một mình em nó là lớn. Suốt đời làm quần quật cũng chỉ đủ nuôi thân. May mà em nó lên được trung học đặng kiếm chút ít chữ nghĩa sau nầy cũng đỡ tấm thân.

Mười Tiết an ủi:

- Bác yên lòng đi! Hai em kia cũng mới xuống cách nay mấy ngày: một em ở chợ Tân Bửu còn đứa kia ở Đức Hòa. Cháu nghĩ là các em nó sẽ học cùng lớp với nhau.

Bà Chín yên lòng nói với chú Mười:

- Được vậy vợ chồng tui đỡ lo và cám ơn chú Mười nhiều lắm!

Rồi bà quay sang cậu ấm:

- Con nhớ phải ngoan ngoãn, mọi chuyện phải nghe lời anh Mười dạy bảo.

Chú Mười cũng phụ họa:

- Không khí ở đây vui vẻ, các em sẽ sống thoải mái. Tuy nhiên, các em phải đối xử hòa thuận với nhau và không được gây gổ đánh lộn, mười giờ phải tắt đèn đi ngủ và sáu giờ sáng phải thức dậy.

Hình như không còn gì để nói thêm, Chú Mười mời bà Chín uống trà và cứng rắn nói với cậu bé:

- Anh Mười không chấp nhận có chuyện đánh lộn xảy ra!

Bà Chín biết tới lúc phải cáo từ sau khi gởi gấm cho chú Mười và nhắn nhủ cậu bé một lần nữa.

Chiều tối lại mới vỡ lẽ ra là có những điều lúc đầu tiên anh Mười chưa nói. Mỗi người phải luân phiên nhau thắp nhang một ngày vào đúng bảy giờ và sau đó tất cả mọi người phải đọc đúng bài kinh cúng Phật mà anh Mười đã trao cho mấy em chép tay ra học thuộc lòng. Trong đó có chú thích kỹ càng khi nghe tiếng chuông là phải lạy, còn xá là khi mở màn và lúc cúng xong. Chuyện đốt nhang thì dễ, chỉ cần nhớ mấy chỗ và mỗi nơi bao nhiêu cây là được, nhưng riêng chuyện xá cũng không đơn giản: trước sau trái phải và phía nào bao nhiêu cái tượng trưng cho bốn phương trời mười phương Phật.

Lúc quay ra sau có người xoay phía phải có người ngược lại, còn lúc xá hai bên người bên phải người bên trái không đồng nhứt như ở quân trường! Một người phụ trách đánh chuông trong khi những người còn lại, theo cấp bực, quỳ trên tấm đệm trải trước bàn thờ Phật trong chánh điện dưới ánh sáng âm u không nhìn rõ mặt người. Anh Mười mặc dù nhỏ tuổi hơn bà Tám nấu bếp được xếp hàng nhứt, hàng thứ ba cuối cùng là các cậu học trò mới ở trọ. Cậu không nhớ rõ là trong bài kinh có biểu nhắm mắt hay không nhưng xoay quanh thấy ai cũng lim dim cậu đành phải làm theo cho giống mọi người.

Sau khi làm lễ xong thì mọi người được tự do nghĩa là ai làm việc người ấy; đối với các cậu có nghĩa là tới giờ học bài tại cái bàn tròn được chỉ định, nhưng không được làm ồn vì buồng ngủ của bà Tám cách đó không xa mấy, khoảng chừng ba thước. Phòng anh Mười ở căn thứ nhì là nơi làm công quả chặt thuốc lúc ban ngày.

Vài tuần sau các cậu mới biết là mình được phép lên cả chánh điện để học bài chớ không cứ gì chỉ ở cái bàn tròn ăn cơm hôi hám ở nhà bếp bên cạnh bộ ván ngựa một lát nữa các cậu sẽ ngủ chung. Chưa đi học thì có bài vở gì đâu! Đối với cả ba cậu đây là đêm đầu tiên sống và ngủ xa nhà mặc dù ở nhà thì các cậu cũng đâu có ngủ chung với cha mẹ!

Dưới ánh đèn dầu lung linh, đêm nay được xem như bữa đầu tiên để làm quen và các cậu quen nhau mau thiệt. Trái với lịnh lúc ban chiều, các cậu vẫn xưng hô với nhau bằng "mầy-tao" nhưng bảo nhau trước là khi nào có anh Mười hoặc thậm chí chỉ một mình bà Tám thì xưng tên, không nên gọi một cách bất lịch sự. Các cậu rón rén đảo một vòng lên tới chánh điện, thắc mắc là tại sao người ta lại để nguyên một cái nhà lớn như thế nầy chỉ chưng mấy tượng Phật, ngoài ra không làm cái gì khác. Phòng thuốc thì cũng chỉ chiếm một bên mà thôi!

Vòng trở lại giang sơn của mình, các cậu bày mền gối ra. Ba cái mùng mới bằng vải tám còn thơm mùi hồ xếp lại một bên chờ tuần sau mang về nhà cho các em. Nhà chùa dự trữ sẵn ba cái mùng đôi và sáu cái gối phòng khi có khách khứa, cho các cậu mượn một cái đặng ngủ chung. Người ở chùa quen khổ hạnh dùng một loại gối đặc biệt theo mẫu chung cho tất cả các chùa toàn quốc, sườn gỗ đầu vuông và dài chừng ba bốn tấc, được bọc một lớp lát to sợi như tấm đệm trải trong chánh điện. Trong khi một đứa lấy khăn quấn cái gối lại, bên trên để thêm mấy cái quần áo cho nó êm, đứa kia nói:

- Không ngờ mình đi tu sớm quá!

- Bốn năm thành chánh quả không đây?

Các cậu kể chuyện gia cảnh xong thì đồng hồ điểm mười tiếng biết là tới giờ, nếu không ngủ cũng phải im lặng. Các cậu vẫn trằn trọc hoài, phần thì xa nhà lạ chỗ, nhưng các cậu biết chắc chắn là tại ăn cơm chay buổi chiều. Gia đình các cậu cũng có ăn chay nhưng chỉ cha mẹ và mấy người lớn ăn chay hai ngày mỗi tháng: ngày Rằm và mồng Một. Riêng các cậu thì có biệt lệ.

Tuy nhiên vì các cậu không biết nấu nướng cho nên phải ăn theo. Một cậu đạo Cao Đài, cách ăn chay tương đối dễ dãi hơn: được ăn bất cứ con gì không có máu. Cậu được ăn hột gà hột vịt, hoặc tôm cua…. Mặc dù cũng ba món canh xào mặn như cơm xã hội nhưng vẫn thiếu thiếu cái gì. Nhứt là món mặn làm bằng xác đậu nành ép cứng tròn tròn bằng khu tộ vừa cứng lại vừa mặn thật khó nuốt.

Sau một tuần thì các cậu được cắt phiên đánh chuông, và mọi chuyện tiến hành suôn sẻ như kỷ luật quân trường. Hai chuyện cậu lấy làm lạ sao đọc có nhiều chữ Nam mô lập đi lập lại khi mười khi chín rồi có khi lại sáu lần, và bài nguyện bằng tiếng Việt chớ không phải bằng thứ tiếng gì khó hiểu như cậu thường nghe tụng ở mấy chùa khác. Vậy mà hay, rất dễ thuộc. Cậu lẩm nhẩm: "Chúng con nguyện cầu cho hòa bình thế giới. Cầu cho người sanh tiền mạnh giỏi bình yên, làm lành lánh dữ tu theo Phật pháp. Kẻ một hậu cải tà quy chánh giữ dạ tu hành cầu vãng sanh Tịnh độ…." Nhiều Phật quá, đúng như câu nói hằng hà sa số Phật:

A Di Đà, Thích Ca, Phật Quán Thế Âm…. Sau nầy

cậu mới hiểu ra Đức Tôn sư Minh Trí là ông giáo chủ hay người sáng lập Hội Phật Giáo Cư Sĩ Việt Nam mà nói theo chữ nho là "Tịnh Độ Cư Sĩ Phật Hội Việt Nam." Theo như tên gọi, người biết chữ Nho hiểu ngay ra đây là một nhánh của Phật giáo mà người tu sĩ không phải cạo đầu như đa số các môn phai khác; người xuất gia chỉ mặc áo màu xanh lợt da trời gài nút bên trái chớ không giống như áo bà ba. Anh Mười nhồi sọ các cậu bằng những tập sách nhỏ nói về "Tứ khổ," "Tứ diệu đế," "Ngũ uẩn," "Bát chánh đạo,"... dần dần cậu thấy chán đời quá không thiết sống ở thế gian nầy nữa.

Con người đi trong vòng lẩn quẩn. Sanh ra còn nhỏ chưa làm gì được, lúc thanh niên còn khỏe thì tranh danh đoạt lợi, chẳng mấy chốc quá năm mươi bịnh hoạn èo uột trước khi chết. Trừ mấy điều già và chết cậu không biết thế nào nhưng chuyện bịnh hoạn thì cậu nghĩ là có lý. Cậu đã bị bịnh thật rồi - mặc dù có nhiều khi ít cậu muốn làm trầm trọng thêm vì mỗi lần như vậy cậu được hưởng tiêu chuẩn của bịnh nhơn gồm thịt ram mặn, canh cải nồi, ... và uống sữa bò - khó chịu quá không thích một chút nào cả.

Nằm một chỗ nhìn thấy tụi nó chạy ngoài sân muốn ra chơi với chúng mà ngồi dậy không nổi! Đời đáng chán thật! Nhưng trong số ba em học trò ở trọ chỉ mình cậu ấm là ngộ vì "em có căn duyên với nhà Phật" như anh Mười thường nói. Còn hai em kia nói lén đó là chuyện "tào lao" nhưng bắt cậu phải thề là đừng nói lại với anh Mười!

Từ khi ngộ đạo cậu sống một cuộc đời khắc khổ. Cũng may! Vì chính cuộc sống của cậu cũng đã khắc khổ rồi; ví dù như cậu muốn sống vương giả xa hoa cũng không được. Cậu lý luận đó là cái duyên đưa cậu thoát khỏi hồng trần. Cậu học giỏi nhứt nhì lớp là nhờ đạo pháp soi sáng và dẫn dắt cậu đi trên con đường "chánh đạo."

Ngoài chuyện học, cậu hiến thân cho Phật pháp. Lúc đầu cậu phụ bốc thuốc, dần dần cậu học "dược tánh." Cậu muốn làm y sĩ luôn nhưng không được vì ngành nầy dành cho những người xuất gia tự nguyện hiến thân ba năm sau khi ra trường thuốc. Cho nên tạm thời cậu dẹp bỏ ý nghĩ nầy nhưng cậu vẫn ôm hoài bão. Bây giờ không khác gì thầy tu. Hành vi cử chỉ của cậu giống như Phật. Cậu không chào bằng cách gật đầu mà bằng xá. Lúc sang lớp kế bên nói chuyện với một giáo sư về một vấn đề gì đó mà khi ra về cậu xá làm cho cả lớp cười ồ nhưng cậu không màng.

Bây giờ cậu là người xuất thế rồi!

Nhưng tình cờ trên chuyến xe đò từ Chợ Lớn về Cần Đước, cậu quen với một anh chàng sanh viên Khoa học ở bên Tân Ân, đang làm công tác thiện nguyện kèm cặp và hướng dẫn học sanh.

Huân nói:

- Như em thấy đa số những người lãnh đạo đều sa đọa: tiền tài danh vọng đã làm họ đồi trụy. Họ không cần nhớ những gì đã hứa với nhơn dân khi tranh cử.

Anh nói thêm:

- Những kẻ như vậy chỉ có hại cho đất nước.

Cậu góp ý:

- Đó là chuyện người lớn. Mình còn nhỏ làm sao biết? Mà có biết cũng không làm gì được!

- Đó là chuyện anh muốn nói với em. "Tu thân, tề gia, trị quốc, bình thiên hạ." Muốn trị quốc trước hết phải tu thân, và điều cần thiết là phải đào tạo một thế hệ tương lai có khả năng, thiện chí, và nhiệt tình gánh vác trọng trách.

Điều anh Huân nói làm cậu hoang mang thao thức không ngủ được. Anh Mười thì bảo gác ngoài tai mọi chuyện hơn thua vì đời là biển khổ. Làm cái gì rồi thì cũng không thoát khỏi vòng lẩn quẩn sanh bịnh lão tử.

Anh Huân nói:

- Đi tu là xuất thế, là né tránh bổn phận! Mình sanh ra ở trên đời, ăn hột gạo của đất nước, tại sao mình lại không quan tâm tới chuyện quốc gia? "Quốc gia hưng vong, thất phu hữu trách" mà!

Suy nghĩ về những điều anh Huân nói, cậu nghe thấm và cậu quyết chí "mình phải làm một Nguyễn Công Trứ!" Và ngay chiều hôm sau cậu đi dọc theo con đường Lộ Đỏ về hướng Tân Chánh vào xem lớp học thiện nguyện. Theo lời chỉ đường của anh Huân, qua khỏi căn nhà lầu của ông Chín Thơ thì gặp ngay căn nhà lá ộp ẹp ở đầu đường. Tại đây rẽ tay trái thì lớp học thiện nguyện ngay bên tay phải. Qua cái sân rộng phơi đầy lá dừa và cây su đũa làm củi, con đường nhỏ lót gạch thẻ dẫn vô căn nhà, nhưng phải leo lên cái tam cấp.

Đây không phải là một lớp học bình thường vì không có bàn ghế học trò mà chỉ có tấm bảng xanh. Bàn ghế là bộ ghế trường kỷ bằng gỗ đỏ đặt ngay căn chánh giữa lại xuôi từ ngoài vô trong. Lúc đầu thì thầy Huân định biểu mấy em xoay bàn ghế lại nhưng bà Năm không cho. Sau khi bị đám học trò mồm mép thuyết phục thì bà đồng ý, nhưng rồi cả đám cũng không dời nổi. Hai hàng ghế hai bên lý tưởng cho việc ngồi nói chuyện hay ăn tiệc chớ không tiện như trong lớp học cho nên học viên phải xoay cái ghế lại mới nhìn thấy tấm bảng phía bên trên khi thầy giảng bài.

Lúc mới mở chỉ có vài lớp nhỏ, thầy Huân phân công cho mấy em giỏi lớp Đệ Tứ kèm, còn tám em kia chia làm hai lớp Đệ Ngũ và Đệ Tứ thì do thầy Huân và mấy anh Đệ Nhị Cần Giuộc và Đệ Nhứt Chu Văn An cặp. Xem ra lớp dạy kèm miễn phí nầy làm ăn khấm khá, chẳng mấy hồi mà có được tới ba bốn mươi em, nhứt là vào lúc cuối năm học. Bấy giờ vì Ngộ mới học lớp Đệ Tứ chỉ vừa học vừa kèm mấy em lớp dưới; mãi hai ba năm sau mới được lên làm thầy!

Và anh kèm cô gái nhà đầu đường học lớp Đệ Lục cộng thêm một cô Đệ Thất nhà ở trong cuối hẻm. Cô Lạc học giỏi lại thích kèm còn cô kia không biết trời trăng mây nước là gì thì lại lười. Sau nầy mới biết ra là cô cũng có một anh chàng khác kèm rồi.

Thế cũng phải vì cô Vân trưởng thành hơn trong khi cô Lạc như vừa mới lớn. Như vậy đệ tử ruột của Ngộ phải tính là cô Lạc chớ không nên kể cô kia. Cô

Lạc ra vẻ thơ sanh mình mai dóc liễu ăn nói rụt rè. Chính cái điểm nầy làm thầy Ngộ tự cảm thấy mình mới đáng mặt làm thầy cô ta.

Bây giờ thì không ai được phép gọi anh ta bằng "cậu" nữa, chỉ trừ mấy người lớn. Cậu bây giờ đường đường là một đấng nam nhi, vài ngày là phải cạo râu một lần! Tại vùng thị trấn nhỏ nầy, lớp đệ tứ là cao nhứt cho nên ai cũng kính nể nhứt là đám học trò, kể cả đám bạn bè cùng lứa vì anh là học sanh giỏi nhứt nhì.

Từ giữa năm học anh dọn nhà sang ở tại trường luôn, ly khai nhà chùa. Anh thuyết phục cha mẹ:

- Nhiều thì giờ học hành hơn vì cơm nước bà Năm má anh Huân lo. Lại đỡ tốn kém cho ba má vì bà Năm chỉ tính tượng trưng.

Bây giờ thì cha mẹ bớt lo hơn hồi ba bốn năm về trước vì cậu tỏ ra là một đứa con ngoan "hiền như cục bột" và là một học sanh giỏi nhứt nhì toàn trường. Và bà Chín vẫn phải đích thân xuống Tân Ân nói chuyện với bà Năm mẹ của anh Huân và nói lời cáo lỗi phải trái với anh Mười.

Ông Chín nói:

- Bây giờ nó lớn rồi phải để cho nó tập cách sống tự lập chớ không nên gò bó quá!

- Tương lai con, con tự lo liệu được. Ba má đừng lo! Cuối năm nay con phải cơm ghe bè bạn xuống Tân An thi, ba má đâu có còn trẻ và rồi rảnh đưa con đi như hồi con thi vô Đệ Thất ba bốn năm về trước.

Bà Chín nhìn con trìu mến có vẻ hài lòng.

tiếng quê hương

Bà đã nhắm cô Tím con bác Ba ngoài biền cho anh rồi:

- Nó con nhà làm ăn, gia đình hiền hậu, cũng ngang với sức mình. Ý bà nói "môn đăng hộ đối" nghĩa là cũng nghèo nghèo như gia đình bà.

Ngộ bác ra:

- Chuyện đó tính sau đi má!

Thực ra thì không phải "chuyện đó tính sau" mà Ngộ đã tính rồi! Giờ giấc dạy kèm đã quy định sao cho hợp cho cả đôi bên nghĩa là cả hai không bận làm chuyện gì, đi đâu, và không có giờ học. Vậy mà sao trong thời gian gần đây những lần hỏi bài lại dồn dập hơn lúc trước? Và mỗi lần như vậy cô Lạc chỉ đi một mình, và cô lại e ấp hơn lúc đầu khiến thầy giáo dạy kèm cũng đâm ngượng.

Thầy chưa đủ khôn ngoan và kinh nghiệm để hiểu chuyện gì đang xảy ra trong lòng người em gái nhỏ. Chỉ khi đôi môi cô rung rung Ngộ mới biết rằng môi cô mộng đỏ và khi cô chớp mắt Ngộ mới nhận thấy rằng đôi mắt mời gọi. Thầy không cho "đời là biển khổ" và nếu thực sự có là biển khổ đi nữa, chưa thử chưa vào thì làm sao biết khổ và khổ như thế nào!

"Sanh ra và lớn lên là phải phấn đấu. Nhà văn hào nào đó đã không nói 'Đời là một cuộc tranh đấu không ngừng' đó sao?" Nhớ lại! những suy tư và hành vi cử chỉ của mình trước kia, cậu thấy hơi ngượng và tự trách mình quá yếm thế. Phải là một Nguyễn Công Trứ "nhập thế cục bất khả vô công nghiệp. Xuất mẫu hoài tiện thị hữu quân thân..." Hóa ra anh Huân nói đúng: "đi tu là trốn tránh." Những buổi hỏi bài bất thường sái giờ qui định nếu vào một dịp nào khác hoặc do một người nào khác chắc chắn thầy Ngộ không hài lòng, nhưng bây giờ thầy lại thích thú!

Lúc sau nầy thầy tự nhiên thấy học bài đọc sách trong nhà không thoải mái bằng ở ngoài lan can. Thầy chán cái cảnh nhìn đám dừa nước phía bên kia đường: Chỉ nghe thấy tiếng vịt kêu! Ngồi trên thành lan can dựa lưng vào cây cột gạch lớn, nếu nhìn về hướng Đông vẫn là ba căn nhà cũ kỹ và vườn táo cằn cỗi, cho nên thầy thích ngồi ngược lại ngóng ra con Lộ Đỏ!

Từ đây thầy có thể nhìn thấy cái sàn nước phía sau nhà cô Lạc và bất cứ lúc nào cô mở cửa ra phía sau thì y như rằng một trăm phần trăm cô đều biết thầy đang nhìn sang. Thậm chí khi vào hỏi bài cô cũng không thích đi ngõ trước nữa vì rằng phải qua hàng bông bụp cao quá đầu! Đợi tới khi cô gái leo lên tam cấp đi tới gần, thầy mới ngẩng đầu lên.

Sau buổi học lịch sử ấy, biết không còn lý do để nấn ná vì cả hai không biết phải nói gì, thời gian chết quá dài khiến cho cả hai ngượng ngùng tay chưn thừa thãi, cô gái nói:

- Ngày mai Lạc không vô được.

Thầy Ngộ hoảng hốt:

- Sao vậy?

- Mai Lạc phải giữ nhà. Má Lạc đi Sài Gòn.

Thầy Ngộ hoàn hồn trở lại:

- Hay là anh ra nhà em?

Hai má ửng hồng, cô gái cười hớn hở:

- Đặng em kho cá kèo cho anh ăn cơm!

■ *nhuận sắc 240121*

người đàn ông ti tiện

Trông dáng dấp ông già thì biết ngay là người ti tiện nhỏ nhen! Bộ quần áo cũ quấn quanh bộ xương khô cách trí không đến nỗi luộm thuộm lắm. Nhưng cái ấn tượng đầu tiên của người ngoài phải nói ngay là mất cảm tình. Nếu không quen biết thì người ta cứ tưởng ông mới từ đảo sang tị nạn. Nhìn từ chưn tới đầu: đôi giày bata cũ có vẻ do một hội từ thiện nào đó cho hoặc mua từ *Salvation Army* hay *Family Dollar*. Mái tóc muối tiêu lốm đốm, và hàm râu lởm chởm mọc vô trật tự. Không chỗ nào trên người ông chứng tỏ chủ nhơn là một người biết chữ. Tuy nhiên, trên túi phía bên trái lại có hai cây viết nguyên tử: một xanh và một đỏ.

Gắn trên cái cổ ốm teo như cổ cò, người ta chỉ thấy vầng trán to cao hằn sâu ít nhứt bốn lằn ngang chạy dài ra tới thái dương, nhứt là khi ông nhíu mày, lại trợt lên gần tới đỉnh đầu nhưng lại còn vài sợi tóc lơ thơ. Hai bên, khuôn mặt lõm vào với nhiều nếp nhăn như những con suối trên bản đồ hành quân, sừng sững hiện lên cái mũi thẳng như dãi Trường Sơn. Và qua cặp kiếng gọng màu xám đen tầm thường, người ta còn nhận ra đôi ánh sao Mai khi trời hừng sáng. Bù lại những khuyết tật thiên phú, sóng mũi và đôi mắt là hai nét mà người bàng quan có thể chấm điểm tám chín trên mười!

Tuy nhiên, phụ nữ - cho dù là góa bụa lâu năm - nhìn ông cũng không mải mai có một cảm giác gì thích thú trong lòng để có thể nghĩ rằng ông là một người đàn ông còn sanh hoạt bình thường. Họa chăng, những người văn nghệ sĩ hay kẻ chuyên môn vác ngà voi mới để ý tới ông vì họ hay nghĩ ngược lại với người trần gian! Nhưng có người có ý kiến rằng nếu ông còn ở Việt Nam thì thầy bùa sẽ trả tiền hậu hỉ cho ông chỉ xin chụp vài tấm ảnh để ếm tà ma cho con nít khóc đêm. Và họ lại cũng đoán chắc chắn một trăm phần trăm rằng nhiều họa sĩ sẽ tìm tới ông để lấy hứng vẽ tranh biếm họa!

Sống ở Mỹ là phải phương phi tốt tướng chớ có đâu như người ốm đói giống như con bà phước ở tù xã hội chủ nghĩa, nhứt là vào cuối thập niên 1970, khi cả nước lâm vào cảnh khốn cùng không đủ gạo ăn. Ai ai cũng có cùng ý nghĩ sang được đây rồi tội gì không hưởng thụ? Ngàn năm một thuở mà! Hồi xưa dễ gì được xuất dương, nếu không là con ông cháu cha thì cũng phải có của ăn của để. Có người còn quả quyết rằng nếu ông già hồi hương, chắc thế nào những người lâu gặp cũng buông câu: "Ông ở tù mới về hả?" chớ không thể nào dám tưởng tượng được một Việt kiều áo gấm về làng mà trông nhức mắt đến như vậy!

Lúc chiều, chú Thọ than phiền làm báo bây giờ khó lấy quảng cáo vì có đài phát thanh và nhiều báo chuyên về thương mại tính giá rẻ. Lấy quảng cáo nhiều khi phải chầu chực xem ra nhẹ thể lắm! Chủ nhơn hình như muốn xài cho xứng đồng tiền họ bỏ ra, bắt nhà báo phải tới lui năm lần bảy lượt mới lấy được tiền đã in quảng cáo trước rồi. Ông phân bì với nhà báo Mỹ: người ta lấy tiền trước một cách ngon lành, khi báo chưa phát hành! Mà con nhà nghèo thì đâu có tiền mướn người chuyên môn đặc trách về quảng cáo. Vác ngà voi thì không có người chịu làm. Cho nên một mình bao thầu từ thượng vàng tới hạ cám, *thầy cũng mình mà thợ cũng mình!*

Vốn liếng cứ thế tiêu lần theo thời gian, và do đó tỉ lệ nghịch với nhịp đập của trái tim đầy máu nóng, "nhiều lúc muốn hộc máu tươi ra ngoài" như ông thường cay đắng nói đùa! Không phải đợi tới bây giờ ông mới nảy ra sáng kiến để gỡ gạc phần nào cán cân mậu dịch! Nhắc đi nhắc lại hoài trong mỗi số báo in ra, nhưng rồi nghe như âm thanh lạc lõng tan dần trong hư không. Lúc ông đi làm có tiền ra tiền vô không nói làm gì, nhưng khi thất nghiệp sống nhờ vợ thì quả là vấn đề! Biết vậy, mà buông xuôi thì ông không đành. Tiếc công mình gầy dựng bấy lâu nay, *Bỏ thì thương mà vương thì tội*. Nhưng lâu lâu hễ có dịp ông lại muối mặt muốn hâm nóng lời kêu gọi đăng ký báo, hy vọng vớt vát được chút nào ở bạn bè không.

Nghĩ lại lúc mới ra báo, chú Thọ đã gởi cho ông

niên trưởng cùng đơn vị ngày xưa ba bốn số báo liên tiếp nhưng không thấy hồi âm. Ông rộng lượng nghĩ rằng chắc bạn mình không nhận được hoặc là quá bận bịu nên chưa trả lời. Tới khi gặp, ông hỏi thì được biết người bạn quý đã bỏ hết tất cả tâm huyết của bạn hiền vào thùng rác:

- Bây giờ tôi chỉ đọc sách tiếng Mỹ!

Chú Thọ kềm lòng, rán bình tĩnh cười mỉa mai:

- Sách Mỹ là những sách gì vậy, niên trưởng?

Ông niên trưởng cũng thật thà:

- Sách dạy chơi ô chữ. Nó *improve* khả năng Anh ngữ mình nhiều lắm!

Ông niên trưởng bảo nếu muốn ủng hộ thì ông ta sẵn sàng ký *check* chớ không đọc. Chú Thọ giận điếng người bèn sỉ vả ông niên trưởng một trận rồi huề, *Làm gì nhau!* Nhưng ông cứ ấm ức mãi, mỗi lần nổi khùng là ông nhắc đi nhắc lại chuyện đó hoài.

Ông hứng chí cung tay biểu diễn như sắp ra chiêu trước đối thủ trên võ đài:

- Nếu đánh mà không ở tù thì tui đục vô mặt ảnh rồi!

Có người nói:

- Coi chừng! Ông ấy là võ sư nhu đạo đai đen mấy đẳng từng có võ đường đấy!

Chú Thọ nhìn mọi người cười ngất khiến đứa cháu ngoại năm tháng của ông bà Hoàng đang ngủ giựt mình khóc ré lên. Trong dáng dấp èo uột gà chết, lại tiềm ẩn một con người đầy sanh lực và một giọng nói sang sảng:

- Mẹ! Dzọt sớm qua đây chỉ để chơi ô chữ!

Bà Hoàng đứng phía bếp lò đang làm đồ nhậu cho các ông cũng góp chuyện:

- Bây giờ ít có người đọc sách báo, anh ạ! Chỉ uống rượu làm vui thôi!

Bác Hoàng đùa với bà xã:

- Đừng nói thế đụng chạm lắm nghe em!

Đoạn nhìn sang ông bạn kia, bác Hoàng tiếp:

- Đọc không hiểu thì đọc làm gì. Quên tiếng Việt mẹ nó hết rồi! Phim chưởng Hồng Kông dễ hiểu hơn và cuối tuần coi phim sex để thực tập!

Bà Hoàng hơi ngượng, ngần ngại xen vào trách ông chồng:

- Ông nói cái gì đâu không!

Bác Hoàng cười gằng giọng:

- Chớ không phải sao?

Rồi bác Hoàng tức tối xổ nho:

- Mẹ! Nhiều thằng không dám cầm tờ báo chống cộng. Cứ sợ về Việt Nam bị làm khó dễ!

Từ chỗ phòng sanh hoạt gia đình, cô Thu con gái ông bà Hoàng, vừa xem băng vidéo Chiến Tranh và Hòa Bình của *Asia Productions*, vừa dỗ đứa bé ngủ, lên tiếng hưởng ứng:

- Lúc trưa con xin chữ ký vận động cho Dự Luật Nhơn Quyền ở khu Thương Xá, có chú nói "Thôi để cho chú yên đi con! Chú còn gia đình bên Việt Nam!"

Chú Thọ bực mình:

- Làm như mình nó còn gia đình bên Việt Nam!

Rất nhiều người, nhứt là những cựu tù nhơn chánh trị sang bên nầy theo diện HO, còn thân bằng quyến thuộc kẹt lại. Ông già chú Thọ rủ xương trong tù khoảng một năm sau ngày quê hương quàng vòng tang trắng, chỉ còn bà cụ ngồi nhà đếm ngược thời gian chờ ông bà lên tiếng gọi ra đi. Hơi khác tình cảnh của chú Thọ, ông bà Hoàng vẫn còn song thân bên Việt Nam, nhưng ông bà vẫn không ngại làm một điều gì đó. Sáng kiến thì ông không có nhưng nếu có ai đưa ra thì sẵn sàng hưởng ứng ngay. Ủng hộ tài chánh chút ít và ký tên thì ông làm liền. Chẳng những vậy, ông bà còn khuyến khích các con ông đi tham gia sanh hoạt cộng đồng và các cuộc vận động về tự do tôn giáo và nhơn quyền nữa.

Bác Hoàng cũng không giấu được vẻ bực mình vuốt theo chú Thọ:

- Mấy tên gà chết! Ký tên mà cũng sợ! Mấy chuyện khác làm không được thì xúi tụi nhỏ làm!

Bác gái nhìn ông. Ông biết mình lỡ lời, cười giả lả:

- Cố vấn hay khuyến khích thì cũng như xúi thôi!

Một lát ông chép miệng:

- Đầu óc bây giờ sao trống rỗng! Không biết tại mình già hay tại lo chạy theo ảo ảnh?

Khác với đa số những người tị nạn chẳng làm cái

gì cả nhưng hết chê người nầy tới công kích người nọ, bác Hoàng còn đủ liêm sỉ để cảm thấy tủi nhục về thân phận lưu vong và hơi ngượng về sự đóng góp của mình chẳng thấm vào đâu. Nhưng cũng có lý do. Vì từ hồi trút áo phong sương sang Mỹ tị nạn ông lại mang bịnh rề rề! Quen sống giữa bốn bức vách lá chằm, suốt ngày ngồi đan lát mười lăm tiếng đồng hồ muốn còng xương sống, ở vùng đất nắng bụi mưa bùn bên kia nửa vòng trái đất, vài thành viên - nhứt là ông - trong gia đình không thích nghi với không khí trong lành của một xứ sở văn minh.

Mấy đứa con sớm hội nhập vào môi trường mới, nhưng bà Hoàng bị dị ứng với loài hoa gì cả bác sĩ cũng không biết mà hễ tới mùa Xuân, cứ buổi sáng khi mở mắt ra, thì thế nào bà cũng phải nhảy mũi kềm không được, đến rung rinh giường, muốn rớt xuống đất. Bà nhảy mũi liên tu bất tận mà có lúc ông Hoàng để ý đếm được đến hai mươi mốt cái. Để đạt được cái thành tích vô địch đáng được ghi vào sách kỷ lục Guinness đó, nước mắt nước mũi chảy ràn rụa khiến bà muốn lên cơn khó thở. Sau khi đi khám bác sĩ, vừa mở mắt ra trước khi bước xuống đất, bà đã vội chụp thuốc uống liền một hơi, và theo lời dặn của bác sĩ, bà phải uống dài dài cho tới hết mùa Xuân mới chắc ăn!

Nặng hơn hẳn bác gái, nhưng ông Hoàng không phải tốn một đồng tiền thuốc. Những nhà nghiên cứu về cộng đồng tị nạn tiết lộ rằng ít nhứt chín mươi phần trăm đều mắc phải. Là chứng bịnh rất hay lây mà cho tới đầu thế kỷ thứ hai mươi mốt vẫn chưa tìm được thuốc chữa! Bịnh của ông Hoàng kéo dài triền miên quanh năm suốt tháng. Dù hồi xưa ông cũng có học đại học, học chăm đến nỗi phải đeo kiếng cận thị thật dầy, nhưng mà sau khi sang xứ Cờ Hoa nầy ông lại bị bịnh dị ứng với chữ nghĩa! Ông đọc một cuốn sách dù mỏng mà hai ba tuần lễ vẫn chưa xong. Hễ cầm cuốn sách lên đọc vài hàng chưa hiểu nó nói gì là mí mắt kéo xắp xuống. Bởi vì ông cày ngày không đủ, tranh thủ cày đêm, cày thêm giờ nghỉ. Ông cày để có giang sơn sự nghiệp. Có rồi thì như bị ma ám, ông không dừng lại được!

Tuy nhiên, ông là một trong những người bạn hiếm hoi còn hoan nghinh việc làm của người đồng môn. Lúc chú Thọ mặt búng ra sữa làm lính mới tò te còn ngỡ ngàng trước cuộc sống giang hồ thì bác Hoàng chuẩn bị lên Vũ Đình Trường nhận gươm báu xuống núi trừ gian diệt bạo. Rồi mười năm sau, dù không sanh cùng năm cùng tháng cùng ngày cùng giờ cùng số tử vi, nhưng hai người lại cùng chung số phận nghiệt ngã của cả nước. Lại từng chia xẻ từng miếng đường, hột muối, trái ớt, cọng lang, muỗng bo bo, điếu thuốc lào, và cả cái còng số 8 sau lúc đào thoát bất thành, và lúc chuyển trại....

Dù bị bịnh dị ứng như đã nói ở trên, nhưng bác Hoàng cũng rán đọc hết cuốn sách của người sư đệ xuất thân cùng trường Mẹ. Vì đọc hết nên bác thông cảm và thương ông bạn già:

- Thâm lắm, thấm thía lắm! Nhiều lúc tui nghĩ hình như ông chửi cha tôi không bằng!

Chú Thọ già cười vang cả phòng:

- Chẳng những tui chửi anh mà tui chửi hết!

Vì các ông đang nhậu, tưởng có chuyện lớn tiếng với nhau, bác Hoàng gái lo sợ nhìn lại. Đợi cho nét ngạc nhiên dịu hẳn trên khuôn mặt nhăn nhó của mọi người, chú Thọ tiếp: "Chửi luôn cả tui nữa! Tui cũng có lỗi chớ đâu phải không! Lớn, tội lớn; nhỏ, lỗi nhỏ!"

Đó là điều mà bác Hoàng cũng trăn trở bấy lâu nay nên hiểu ý chú Thọ, nhưng không biết phải làm gì, bắt đầu từ đâu, và làm như thế nào. Và ông cũng hiểu tấm lòng của chú Thọ qua chuyện vác ngà voi của chú, chỉ mong hâm nóng nhiệt tình đã nguội lạnh của đồng hương. Ông cũng học đại học chớ đâu phải dốt nát gì cho cam, bằng cấp còn cao hơn nữa! Nhưng ông nghĩ nói điều mình hiểu với những thằng vô tâm và đám bạn rượu thì cũng như nước đổ đầu vịt. Sau khi nhậu đã đời, ngủ một đêm tới sáng dậy vươn vai một cái thì quên hết mọi chuyện như vừa ăn tô cháo lú để đi đầu thai. Ngày mai sống cuộc đời khác rồi. Lại chạy đua với thời gian!

Không như những người khác, bác Hoàng thường tâm sự với bà xã rằng mấy chuyện nầy mình làm không được thì khuyến khích, ủng hộ, và yểm trợ cho *"nó"* làm, chớ đừng khích bác *"nó"*:

- Tui biết tui chỉ nói dóc chớ không làm được, nhưng tui sẽ ủng hộ anh hết mình!

Bác Hoàng lại an ủi:

- Đừng nản chí! Anh cứ làm đi! Chó sủa mặc chó, đoàn người lữ hành cứ đi!

"Đoàn lữ hành cứ đi!" Nhưng chẳng lẽ đi qua sa mạc mà không dừng chưn uống nước và nghỉ ngơi?!

Bác Hoàng cứ phân vân. Làm sao chú Thọ thu xếp thì giờ để làm đủ thứ chuyện trên đời trong lúc một ngày chỉ có hăm bốn tiếng đồng hồ! Cho nên ông cứ mong thời gian dài ra để mình có nhiều thời giờ mà phụ ông bạn già. Trái với điều bác ước, thời gian ngày càng ngắn lại thấy rõ. Đối với người Mỹ là chuyện bình thường, nhưng dân mình, nhứt là người đã từng học *đại học máu*[1], đạt tới thời điểm *thất thập cổ lai hy* quả là khó. Chưa chi mà đã muốn bỏ cuộc. So với chú Thọ, bác Hoàng nghĩ mặc dù trông *"nó"* già vậy mà tâm hồn *"nó"* còn trẻ!

Chú Thọ là tập trung những cái gì khác thường trên cõi đời, từ tâm tánh cho tới dáng vẻ bên ngoài. Ông còn có cái miệng rộng thênh thang nhưng ăn rất ít và rất ít ăn. Bà xã chú gặp ai cũng than phiền chú luôn luôn hôi cơm tanh cá như đàn bà có bầu. Còn những người không cảm tình với chú thì phán rằng chú lập dị và cái miệng đó chỉ để uống café và ngậm điếu thuốc triền miên cho tới khi nào bị ung thư phổi mới thôi! Quả thực, ngồi bàn tối đa nửa chừng tiếng đồng hồ thì chú phải ra ngoài năm phút mới được!

Nhìn màu ửng hồng trên khuôn mặt chú Thọ, bác Hoàng bảo:

- Mặt trời mọc rồi đấy! Uống được bao nhiêu thì uống. Tui không ép!

Chú Thọ chỉ cần ngửi hơi rượu thôi cũng đủ đỏ

---

1. *Đại Học Máu*, tác phẩm về trại tù cộng sản của nhà văn Hà Thúc Sinh

mặt. Người thích chú cho rằng máu chú tốt; trái lại người ghét thì bảo rằng xấu: Máu xấu nên tóc bạc sớm và trông già trước tuổi, xấu máu nên chú hay thả dê! Chú Thọ có nghe phong thanh chuyện nầy nhưng chú cười và lờ đi. Thì bất quá cũng như chuyện Quan Âm Thị Kính! Chỉ có hai vợ chồng bác Hoàng chứng thật rằng chú Thọ ngủ riêng lâu rồi. Chắc nhờ độc thân tại chỗ nên chú Thọ có nhiều thời giờ lo chuyện bao đồng!

Chú Thọ bình tỉnh quả quyết:

- Các anh cứ tự nhiên đi! Tui trước sau một lon thôi! Có ép tui cũng không uống!

Và từ lâu lắm rồi, trong tiệc tùng, chú Thọ chỉ uống đúng một lon rồi thôi. Chú Thọ bảo không phải ông hay ho gì mà kềm chế được tại bàn nhậu trong khi tất cả mọi người nhứt tề đứng lên cụng ly, chẳng qua là nhờ rút kinh nghiệm bản thân. Cho tới bây giờ chú vẫn còn bị ám ảnh bởi mùi hèm chua trong cái mớ hỗn độn mửa ra đầy quần áo và bàn ghế, vây cả xuống nền nhà người ta. Và chú Thọ nhớ mãi, nhớ nằm lòng, nhớ muôn đời cái xấu hổ - chỉ sau cái nhục mất nước - là chú đã bò la bò lết ngoài đường, tới nhà không biết lối vô!

Một lát, bác Hoàng nói như than:

- Mình đã có tuổi. Lo chạy ăn chạy mặc đã hết hơi! Mệt mỏi quá!

Chú Thọ hỏi:

- Thường thì anh em mình giải trí bằng cái gì?

- Xem truyền hình và dành cho gia đình. Đa số đi *casino* giải trí.

- Casino mà giải trí? Lao trí thì có!

Chú Dũng, người đàn ông đeo kiếng trắng dáng như giáo sư triết ngồi kế bác Hoàng, nãy giờ ngồi im như đang suy nghĩ đáp số một bài toán *roulette* hay *black jack*, nghe đúng tần số, cười méo mó:

- Ban đầu thì giải trí, sau là lao trí!

Bác Hoàng giải thích thêm:

- Ngoài cái bên Windsor trước nay, riêng ở Detroit mới có thêm ba cái nữa. Tha hồ mà chơi!

Chú Dũng khẳng định như đinh đóng cột:

- Kiếm chừng hai ba trăm dễ ợt!

Nếu không ghé nhà bác Hoàng thì chú Thọ lỡ dịp làm quen với chú Dũng, một người trí thức lại giàu có từng nắm trong tay bạc trăm ngàn, thua năm mười ngàn chỉ là chuyện nhỏ. Sự hiện diện của chú Dũng trong bữa cơm gia đình bác Hoàng ngày hôm nay cho người ta biết rằng chú đã *cạn máu*! Từ hồi sang tị nạn, chú Dũng không hề xuất hiện trước công chúng trong bất cứ lễ lộc nào, vì theo lời chú, chú không thích cảnh bát nháo của người Việt mình. Chú chỉ là khách hàng quen thuộc của tổ chức kinh tế kinh tài kinh doanh kinh khủng *casino* mà thôi và lại là khách quý đến nỗi có thẻ VIP ăn ngủ tại đó miễn phí!

Móc trong túi ra miếng da mềm dành riêng lau cặp kiếng gọng vàng, chú Dũng phân trần:

- Nói thì dễ nhưng kiếm ba trăm rồi về không đành. Mình lại muốn kiếm thêm nữa! Vô *casino* mới năm phút chẳng lẽ về?! Bèn chơi nữa!

Bác Hoàng cười tiếp lời:

- Chơi tới hết *credit card* mới chịu về?

Sau khi cãi lại *"Cũng chưa chịu về,"* chú Dũng tiết lộ bạn của chú cũng là khách quý của casino:

- Thằng Quang mới nướng cả chục xấp!

Chú Thọ tưởng mình nằm mơ:

- Một chục ngàn?

Mười ngàn là số tiền chú Thọ làm nguyên năm chưa xài! Qua Mỹ hơn mười năm mà chú chưa có tới năm trăm trong nhà băng. Chú nổi da gà muốn phát lãnh chưa kịp hoàn hồn thì ông Hoàng bồi thêm:

- Thua *casino* thì đi bar xả xui!

Ông già Thọ càng ngạc nhiên:

- Người mình cũng đi bar?

- Chớ sao! Nhưng phần đông những người đi bar là độc thân, và những người ham của lạ!

- Già rồi còn ham hố cái gì nữa?

Bác Hoàng chép miệng:

- Anh biết... còn ăn còn uống... mà!

Ngoài những lúc bực mình chửi đổng, khi nghĩ lại chú Thọ cũng thông cảm cuộc sống khó khăn của đa số những người đã một thời nướng cả tuổi hoa niên của mình vào lửa đạn. Đó là chưa kể những người đã để lại một phần thân thể nơi chiến trường. Chậm chưn, đi tù rồi sang đây trễ nên không nhiều người được làm thầy. Lương thợ ba cọc ba đồng thì dù có ở thiên đường hay niết bàn thì sống cũng cơ cực; chỉ đỡ hơn tầng lớp nông dân xã hội chủ nghĩa một bực thôi!

Nay trong quãng đời còn lại, họ có quyền dưỡng già và hưởng nhàn, vui vẻ với con cháu:

- Tròm trèm sáu bó cả rồi! Mình không trách được! Hơn nữa, ở xứ tự do mà, mỗi người có lối sống riêng. Nhưng hy vọng vẫn còn một số người, nhứt là bạn bè, hiểu và ủng hộ việc mình làm!

Một trăm lần như một, hễ chú Thọ nói tới chuyện đó thì tự nhiên không khí lại rơi vào im lặng. Hình như mọi người cảm thấy hơi khó xử. Đáng lý ông già không nên nói lời kêu gọi ở mấy dịp vui như thế nầy, nhưng chú Thọ ti tiện nhỏ nhen lì lợm chai mặt! Kêu gọi người ngoài không được, ông Thọ xoay qua kêu gọi sự quan tâm của những bạn bè thân. Một vài mươi đồng chỉ là chuyện nhỏ không đáng cho họ quan tâm:

- Bất quá bằng một thùng bia Budwiser!

Mà thùng bia thì chỉ bằng một giờ làm việc của người thợ có năm năm thâm niên! Nhưng vì là những người ôm chí lớn nên họ chỉ để ý tới chuyện lớn hơn như giải thể chế độ cộng sản, và xây dựng một nhà nước pháp quyền cho toàn dân..., kế đó là miếng đất rộng bao nhiêu hecta có gần bờ hồ không, căn nhà bao nhiêu phòng, kiểu gì, và lãi suất *mortgage* tháng nầy có hạ để *refinance* lại....

Với kẻ thâm tình, chú Thọ khố rách áo ôm mới tiết lộ rằng ông có hai người bạn thân cùng khóa quá giàu đang làm vua ở Houston: một là triệu phú, người kia chuẩn-triệu phú. Năm ngoái chú Thọ nửa đùa nửa thật với hai ông bạn thân:

- Mày giàu quá cho tao vài ngàn in cuốn sách đi!

Ông bảo nửa đùa nửa thật, nhưng lỡ ông bạn rộng lượng có cho thì tốt, mà nếu không cho cũng đỡ ngượng! Người bạn trả lời để về trình lại với bà xã vì dù gì cũng của chồng công vợ, còn người kia bảo đưa cho ông ta coi muốn in cái gì. Chú Thọ tự ái quạt liền:

- Mầy mà đòi kiểm duyệt sách tao!

Cuối cùng thì hai ông bạn thân im lặng. Im lặng ở đây không có nghĩa là đồng ý như người ta thường nói! Thậm chí sau khi in xong, chú Thọ gởi tặng, hai ông bạn cũng không buồn trả lời trả vốn. Vô tình chú Thọ lại mất thêm hai người bạn vàng! Đúng như nhiều người nhận xét, không biết chú Thọ thì hăm hở mong được gặp mặt, "biết rồi thì chán thấy... mẹ!"

Chú Thọ chất phác không hiểu rằng thời buổi bây giờ - có người nói muôn đời chớ không cứ đời nay - người ta nhìn cái nhà mình ở khu nào giá bao nhiêu, nhìn cái xe mình đi có phải *Lincoln, Mercedès,* hay *Corvet Sports,* và nhìn cái bàn tay nhăn nhúm của bà xã để cân đo đong đếm xem mấy ngón tay bút tre già nặng bao nhiêu ca-ra!

Chú Dũng xin chú Thọ một điếu thuốc rồi bước

ra ngoài. Chú Thọ cũng theo ra.

Chú Thọ ngồi đây, không hay ánh nắng chiều vài sợi, chập chờn qua tàn cây, còn rơi rớt lại trên vai ông và trên luống hoa uất kim hương phía bên kia bãi cỏ. Đôi mắt đăm đăm trên chót vót hàng cây tít mù xa về hướng Bắc trong cõi không gian mênh mông. Người ta không nhìn thấy gì trên đó cả, trừ mấy chòm mây xám lốm đốm pha màu ráng chiều nhạt. Thật xa là chiếc trực thăng bằng hột tiêu tỏ mắt lắm mới thấy, và thật gần là mấy con chim đậu trên hàng dây điện. Ông nghĩ vẩn vơ loài chim vẫn còn thong dong sung sướng hơn ông! Nhưng đâu có ai bắt ông phải bận bịu về một chuyện tự nguyện?!

Trong phần lời cuối truyện của cuốn sách, ông kêu gọi bàn bè thân ủng hộ đặng cho ông có tiền mà in tiếp. Dư luận bạn nói không có tiền thì đừng làm, xin tiền ai mà cho. Chẳng những không cho mà họ còn xách mé nữa! Chính điều nầy khiến ông buồn mà suy nghĩ miên man. Nếu người dưng nước lả thì ông không quan tâm; đàng nầy lại là bạn bè ông! Đó là những thằng bạn nối khố phá làng phá xóm đi soi ếch cấm câu, những thằng bạn đi chưn đất trèo dừa hái ổi hồi tiểu học, và những thằng cùng đơn vị chết sống trong chiến đấu…, cùng những người bạn văn nghệ thâm tình sau nầy.

Chú Dũng thắc mắc về công việc của chú Thọ:

- Đã không có tiền mà làm làm gì? Lo thân mình trước đi! Có bề gì ai lo cho mình?

Chú Dũng lại nói:

- Xưa nay văn chương chữ nghĩa rẻ như bèo. Có tiền rồi, người ta muốn mua danh mới bày ra sanh hoạt văn hóa nghệ thuật!

Mọi người đều kết luận:

- Thôi dẹp ba cái vụ đó đi! Kiếm chuyện gì có tiền mà làm. Hay là đi làm neo đi! Dễ kiếm tiền lắm!

Ai cũng bảo ông Thọ viết như thế là kỳ nhưng ông cứ lập dị nghĩ mình đúng:

- Tại sao nói một sự thật không được?

- Đành rằng sự thật nhưng vẫn thấy kỳ kỳ! Nó không đáng là bao!

Chú Thọ cứ khăng khăng bảo bạn bè hiểu lầm ông hết, vì ông đâu có xin tiền họ. Ông bảo họ chỉ biết điều trả tiền cho ông giống như mua sách vậy!

Chú Thọ lại cười ngây thơ:

- Nhưng có điều mình đặt bạn bè mình trước một tình huống khó xử!

Cách nay nửa tháng nhà in thông báo là sách đã in xong, ông biết rằng mình phải gởi ít nhứt phân nửa tiền thì người ta mới chuyển sách về. Chạy đôn chạy đáo kiếm được một mớ thanh toán cho chủ nhơn rồi. Đã giải quyết được phân nửa, rồi chẳng lẽ xù người ta luôn!?

Văng vẳng bên tai ông, tiếng bác Hoàng lúc chiều:

- Anh nghĩ như vậy có ti tiện nhỏ nhen lắm hôn?

Như sợ xúc phạm người bạn già, bác Hoàng

phân bua:

- Xin lỗi anh, tôi dùng hai chữ nầy trong dấu ngoặc kép!

Và cứ theo cái đà suy nghĩ nầy, dù có sống tới một trăm tuổi, chắc chú Thọ cũng chưa hiểu nổi rằng có phải mình quá ti tiện và nhỏ nhen hay không!

■ *nhuận sắc 240121*

ở tù về thăm bạn

(thân tặng Vũ Hiếu Mưu)

Ở tù về, việc đầu tiên là ông xã tôi cấm không cho tôi đi đâu hết. Cả việc buôn bán cũng giao cho đứa con gái lớn, và giao cho nó coi sóc mấy đứa nhỏ luôn. Tôi ở nhà nguyên suốt một tuần chỉ để tiếp khách và tiếp chàng hồi gia. Từ khi chàng mang ba-lô lên đường nhập trại... tù, tôi làm đầu tắt mặt tối quanh năm suốt tháng chớ có được nghỉ một ngày nào đâu! Thậm chí có đêm ngủ chưa đủ sáu tiếng đồng hồ đã phải dậy mua đồ lậu do mấy cậu nón cối mang ra từ phi trường, rồi sau đó phập phồng lo sợ nên giấc ngủ chập chờn. Năm sáu năm vắng chồng, người phụ nữ nào lại không hăm hở thích được dịp nghỉ phép một tuần để ủy lạo ông xã hồi hương! Tiếp khách không mời nhiều khi cũng bực mình mà phải giả bộ làm vui, nhứt là những lúc hai vợ chồng đã trong tư thế sẵn sàng để hâm nóng tình yêu!

Hồi năm 1972, sau hiệp định đình chiến da beo, đồng bào mình nghe báo chí tường thuật rằng nhiều tù binh mới được thả về thì việc đầu tiên là ăn thả cửa để bù lại những ngày đói khát. Thậm chí có người bội thực chết bất đắc kỳ tử, do đó mà sau nầy chánh phủ cách ly họ lại để tập cho quen cái bao tử. Lại khác với họ, sau một thời gian dài nằm trong trại tù Xuân Phước khắc nghiệt, cơm không đủ ăn áo không đủ mặc, ông xã tôi lại hùng hổ cái vụ kia, chừng như nhuần nhuyễn câu thiệu của cách mạng "làm đêm không đủ, tranh thủ làm ngày, và làm thêm giờ nghỉ"! Nhưng sau ba ngày dồn dập như thuở thanh xuân thì chính tôi cũng mệt mỏi nên không còn ham muốn nữa. Tôi mắng yêu ông xã:

- Đã đời chưa? Ba ngày lãnh *rappel* đủ rồi!

Chàng cũng không giấu được vẻ bơ phờ cười:

- Thôi tạm đủ!

- Đủ rồi thì nghỉ ngơi bồi dưỡng. Xong tính chuyện làm ăn!

Nói là nói vậy nhưng công chuyện làm ăn thì tôi đã có rồi. Ai cũng nói thời nầy là thời của phụ nữ chúng tôi vùng lên! Phụ nữ vừa gánh vác chuyện gia đình vừa bươn chải công việc ngoài xã hội. Hóa ra không có đàn ông thì phụ nữ vẫn sống được, có điều hơi buồn và hơi cực! Sau khi các ông đi rồi, những bà nội trợ ngày xưa bây giờ làm đủ thứ chuyện trên đời để sống còn: mua cái gì cũng bán, bán cái gì cũng mua! Và đặc biệt từ ngày mở màn cái thiên đường xã hội chủ nghĩa ở miền Nam, xuất hiện thêm nhiều nghề mới: buôn bán sống qua ngày, như bức thơ viết gởi cho ông chồng, "Em bán bộ ly tách kiểu, rồi bán cái máy may, kế đó bán bộ bàn ghế, xong gỡ gạch bông nền nhà ra bán..."

Dễ gì một tên "phó thường dân Nam bộ" chưa có quyền công dân xã hội chủ nghĩa mà đòi làm ăn! Các ông không nhúc nhích được, nhứt cử nhứt động đều phải báo cáo cho đồn công an. Đã vậy, còn bị bọn đầy tớ nhơn dân hạch lên hạch xuống, cốt chỉ vòi cà-phê hay nhậu nhẹt. Đó là chưa kể tới chuyện tên công an khu vực người Nam Kỳ mà tự nhiên như người Hà Nội muốn vô nhà mình lúc nào cũng được, và nhiều lần chui tọt xuống nhà dưới dòm ngó phòng nầy, xem xét phòng kia, tự cho có cái quyền xâm nhập gia cư bất hợp pháp. Ông xã lại còn phải mua một cuốn số nhỏ, mỗi thứ Hai mang theo lên đồn công an phường trình diện. Nhưng quý quan cách mạng ba mươi quản chế người như vậy mà "nắm" chắc chưa? Hay là để phụ nữ chúng tôi quản chế các ông giúp nhà nước!

Căn nhà quản chế đó một bên tựa ké vào vách tường của ngôi nhà lầu cao, bên kia lấn ra con đường hẻm, là đường rầy cũ bỏ phế từ thời Pháp thuộc, chạy từ phi trường xuyên qua Biên Hùng, tới nhà ga Biên Hòa. Nơi quản chế ông quan hồi loan lại dị dạng chưa từng thấy trong hồ sơ của kiến trúc sư, hình thang lệch đầu teo đít to với cái cửa ra vô chỉ một thước rưỡi. Bốn mùa nắng mưa ấm lạnh dồn tất cả mấy đứa con lên căn gác tôn; phía dưới là cái giường chiếc nhà binh bằng sắt của tôi, mà lúc ông xã mới về, chúng tôi ngủ vẫn thấy rộng. Được ngăn bằng tấm ri-đô, nhưng thật ra thì nó dính liền với cái bếp mỗi bề cũng chỉ một thước rưỡi. Những người tin dị đoan cho rằng nhờ căn nhà đó mà tôi ăn nên làm ra. Giàu có thì chưa thấy nhưng hên thì rõ ràng rồi. Ông chồng vô tội mà ở tù chỉ bảy năm được khoan hồng!

Các ông xã cứ yên tâm được quản thúc tại gia trong vài năm. Chỉ mong các ông đừng quậy để chúng nó làm lơ cho gia đình "ngụy quân ngụy quyền" mình sống! Mà cuộc sống cứ suốt ngày lúc thúc trong căn nhà dị dạng như vậy thật tù túng và tẻ nhạt. Như hổ sở thú nhớ rừng, như đại bàng nhớ mây trắng trời xanh, và như đi xa nhớ người yêu, nằm nhà lâu ông xã không chịu nổi, bèn tính chuyện đi thăm bạn bè:

- Em có gặp các chị ở phi đoàn hôn?

Tôi nhớ lại:

- Sau khi anh đi chừng một tháng, chị Sĩ, chị Lý, và chị Sơn có lên chơi.

Chàng lại hỏi:

- Có anh nào về chưa?

Sau khi mấy anh đi tập trung chừng vài ba năm, một số được thả về. Đó là những người có thân nhơn nằm vùng hoặc tập kết, trong đó có cả những người trở cờ làm cách mạng ba mươi cánh tay quấn băng đỏ, đi bắt hoặc chỉ cho bắt những tên ác ôn sát cộng hay không chịu trình diện đặng hưởng chánh sách khoan hồng của cách mạng! Đặc biệt có những người không dính líu gì tới cách mạng mà chạy chọt chung vàng cho người bà con nhờ bảo lãnh cũng được về. Nhưng trong số bạn bè cùng khóa hoặc cùng phi đoàn với anh, tôi chưa gặp mặt ai cả.

Tính số lại nhơn sự trong mấy trại anh đã đi qua từ Nam ra Bắc, ông xã tôi ngạc nhiên: "Sao vô tù anh không gặp ai ở phi đoàn hết! Tụi thằng Mai, thằng Long, và thằng Chính đâu?"

Ba anh nầy là bạn cùng khóa và thân với ông xã nhà tôi, mà lúc trước có tới nhà thù tạc, từ ngày chạy giặc tới giờ không biết tin tức gì. Riêng chị Mai năm ngoái có ghé quán thăm, nhưng tôi không nhớ đi đâu lại không có ở nhà. Trước khi về, chị có vẽ địa chỉ trao cho bé Thùy Dương, và dặn tôi xuống chơi với chị. Nhưng tôi bận bịu quá nên vô tình không xuống thăm trả lễ chỉ được. Tôi cứ ray rứt hoài về chuyện nầy không biết phải nói sao. Cái thời buổi gì mà hồn ai nấy giữ, hầu như không còn thân nhơn, bè bạn!

Tôi đồng ý đề nghị của ông xã:

- Hay là mình đi thăm anh chị Mai đi!

Nếu được đứng trên nóc nhà nhìn ra ngoài đường cái Nguyễn Văn Thoại lên Ngã Tư Bảy Hiền thì chắc khoảng cách chừng hai trăm thước nhưng phải đi vòng vo tam quốc một quãng gấp ba bốn lần trong con hẻm mới tới được chỗ ở của gia đình người bạn. Phải qua cái hàng rào và cổng sắt, cặp theo hông bên trái ngôi nhà lớn, ai to con một chút phải lách người một cách khó khăn mới tới được cửa vào. Người ta nghĩ chắc trước đây là cái chái, nhà bếp, nhà kho, hay có thể là một phần phụ thuộc của căn nhà lớn phía trước, vì cái tam cấp bằng gỗ có tính cách tạm thời. Có lẽ vào mùa mưa con hẻm nầy ngập nước nên người ta phải xây sàn nhà cao lên thêm ước chừng năm tấc. Bước lên bậc thềm cuối cùng là khách đụng ngay cái bàn gỗ cũ xịch xạc có bộ ly tách cũ và cái bình thủy cũng cũ. Ngoài ra không có gì khác!

Khi chúng tôi vào nhà là lúc chị Thanh đang nấu nướng món gì trong bếp bằng hai ba que củi mục lượm ngoài đường, khói nghi ngút, trông ảm đạm hơn không khí đốt đồng mùa nắng hạ dưới quê. Chị bối rối như đứa nhỏ vừa ăn vụng bị bắt quả tang:

- Anh chị tới thăm thật quý hóa quá! Rất tiếc là anh Mai lại chạy xe không có ở nhà. Mời anh chị ngồi chơi. Xin lỗi tôi đang lỡ tay nấu mì cho các cháu. Chị vẫn khỏe? Trông anh không khác hồi xưa mấy!

Ông xã tôi cười cãi lại ngay:

- Già hơn mười lăm tuổi. Sao lại không khác? Chị!

Nghe cái câu "Trông anh không khác hồi xưa mấy!" là biết chị đãi bôi rồi, nhưng chúng tôi chơi với nhau lâu nên hiểu nhau. Nhà tôi nước da mét chẳng như người bịnh sốt rét kinh niên, lại thêm hàm răng sún gần hết. Nếu không phải là ông xã thì tôi cũng chẳng có cảm tình. Giả dụ hồi xưa như thế nầy mà dù có bằng kỹ sư bác sĩ và có gắn hai ba ngôi sao trên ve áo tôi cũng lờ đi. Mới nhìn cứ tưởng ông cha chồng từ dưới quê lên thăm cháu nội! Thể xác thì hoàn toàn đã cải tạo thành thân tàn ma dại rồi, chỉ có tâm tính anh thì không tẩy não được, lúc nào cũng cứ bô bô ồn ào, nhưng xem ra phần nào đã biết dè dặt và thận trọng.

Trái với nhà tôi, chơi với chị Thanh riết rồi tôi cũng bị lây cái tanh đãi bôi:

- Chị cứ tự nhiên! Trông chị vẫn còn xuân sắc như gái một con, làm sao anh Mai sống nổi! Tôi rất lấy làm tiếc về chuyến viếng thăm năm ngoái của chị mà tôi không có ở nhà.

Chị Thanh héo tàn, trái với những điều tôi vừa tán tụng, vừa thổi vừa quạt, nước mắt ràn rụa. Nghe theo lời mẹ, hai cháu nhỏ uể oải bò dậy chào rồi lại quay trở về góc cũ không buồn nói năng. Trông hai đứa bịnh hoạn èo uột không phân biệt được trai hay gái. Cũng như các con của tôi, chúng không được cả cái quần cái áo cũ lịch sự. Chạy cái ăn chưa xong làm sao lo cái mặc! Và cả hai nhìn lom lom cái tay cầm trên bếp. Dễ chừng con bé lớn cũng hơn mười tuổi nhưng trông đẹt quá!

Chưa tới năm phút sau, chị múc ra ba chén mì trông còn sạo sực để trên bàn, nói:

- Gặp bữa, mời anh chị dùng chén mì với em cho vui!

Chị vừa nói dứt câu thì hai đứa nhỏ khóc ré lên. Ông xã tôi chạy lại:

- Các cháu sao vậy?

Mấy đứa nhỏ càng khóc lớn như phải kim đâm. Ông xã tôi vô tình không biết chị Thanh đang nhìn các con bằng cặp mắt như vừa van lơn vừa hù dọa!

Không biết tôi lấy cái tánh của chị Thanh từ hồi nào:

- Tụi tôi mới ăn cơm rồi trên đường tới đây. Chị và các cháu cứ tự nhiên dùng đi!

Xoay qua các cháu, tôi an ủi:

- Để các cháu ăn đi. Hai bác ăn cơm ở nhà rồi!

Lời nói của tôi đơn giản và bình thường như vậy mà linh như bùa. Chị Thanh không làm bộ khẩn thiết mời nữa và xoay đi giấu vẻ xúc động, nhưng tôi biết chị đang nuốt từng giọt lệ chực trào ra khỏi khóe mắt.

Chị Thanh tiếp chúng tôi trong ân cần như hồi hai gia đình ở sát vách nhau mười năm trước. Trông chị ốm hơn nhiều khiến hàm răng chị càng nhô ra phía trước. Nếu không quen cứ tưởng chị ngoài bốn mươi nhưng thật ra chị sanh sau tôi đúng hai năm, đang ở vào lứa tuổi sung độ nhứt của đời người phụ nữ. Nhưng nhờ bộ ngực lép xẹp khó coi mà chị tránh được nhiều phiền hà từ phía đàn ông. Chị vẫn không bỏ cái tật mời lơi. Truyền thống làm sao mà bỏ được! May cho chị, cho các cháu, và cho ông xã tôi đỡ mang tiếng. Nếu đi một mình thì thế nào chồng tôi cũng phạm một lỗi lầm tắc trách là giựt phần ăn của các cháu!

Lúc ở chung trong cư xá dù gì cũng không đến nỗi, với lại là bạn thân nếu không thật tình sợ bạn mình giận thật đấy, nhưng nhà tôi không biết bây giờ toàn dân cả nước đang khắc phục khó khăn trong thời kỳ quá độ để tiến lên xã hội chủ nghĩa, rồi mai đây mình tiến luôn lên cộng sản chủ nghĩa, cán bộ tha hồ mà hưởng. Cách mạng đã đi từ không tất cả chỉ trừ mạng cùi, mà tới có thì có cả giang sơn, sự nghiệp, nhà lầu, xe hơi, vợ bé, nàng hầu....

Tôi trách nho nhỏ:

- Anh vô ý quá đi! Không hiểu tại sao các cháu khóc à!?

Bây giờ ảnh mới thấm. Đàn ông, nhứt là nhà tôi, thường vô tâm và chậm hiểu, nhìn không biết gia cảnh chị Thanh hồi mới bước vô nhà. Nhiều lúc tôi phải giải thích như dạy học trò: đủ ăn đủ mặc con người ta vui vẻ, tươi tỉnh, sanh lễ nghĩa, và đôi khi hào phóng; nghèo khó thì không khí trong nhà hoang vu và lạnh lẽo, và có người đâm ra ti tiện nhỏ nhen. Anh thường kể chuyện gây gổ và ăng-ten trong tù mà không biết liên hệ với thực tế, không tìm hiểu nguyên nhơn.

Chợt nhà tôi bấm ngón tay đếm đếm tính tới tính lui như phân vân không tin ở trí nhớ của mình:

- Ủa sao có hai đứa? Còn một đứa nữa đâu?

Tự nhiên chị Thanh khóc rống lên như nhà có đám ma:

- Cái Thư chết rồi anh chị ạ! Tại em nghe lời bọn nó xúi giục đi kinh tế mới để anh ấy mau về!

Lúc đầu, khi nghe bà tổ trưởng - bà Năm xả láng - vận động gia đình ngụy quân ngụy quyền đi khai khẩn vùng kinh tế mới, tôi cũng muốn đi cho chồng mau về. Chỗ nầy tôi muốn mở một dấu ngoặc để nói ít dòng về lý lịch và tả sơ về bà tổ trưởng tổ 4 vừa lùn vừa lé vừa loắt choắt của tôi. Trước kia bà chẳng có nghề nghiệp gì, chỉ ai mướn đâu làm đó. Không rõ gốc gác, ngoài bốn mươi mà bà còn độc thân tại chỗ; chắc vì vậy mà bà bồ bịch với tất cả đàn ông, người ta chỉ gọi đùa là bà Năm xả láng. Trưa ngày 30 tháng Tư chưa kịp kiếm cái băng, bà ghim miếng giẻ lau màu đỏ chạy lòng vòng hối bà con treo cờ xanh đỏ sao vàng, ai không treo thì bà hoạnh họe, gọi người ta là "ngụy." Do vậy mà cái chức tổ trưởng đương nhiên rơi vào tay bà. Từ đó bà là nhịp cầu quan trọng nối liền giữa chánh quyền cách mạng và nhơn dân. Và cũng từ đó tước vị bà Năm được một nhà ngôn ngữ học giấu tên ghép thêm một chữ *Lồn* nữa!

Bà Năm Lồn biểu chịu đi kinh tế mới thì nhà nước sẽ cấp cho tôn lợp nhà, và gạo đủ ăn trong sáu tháng. Xuất thân dân chợ, nghĩ một thân một mình ôm bốn đứa con dại lại chưa từng bước chưn trần xuống đất, bây giờ lên vùng khỉ ho cò gáy đặng phá rừng làm rẫy, tôi bạo gan trả giá:

- Cho chồng tui về thì tui đồng ý đi liền. Lên rừng phải có đàn ông chớ đàn bà chân yếu tay mềm và một lũ con nít thì làm được cái gì?!

Như cái máy phát, bà tổ trưởng chắc cũng không mấy tin lời nói của mình:

- Chính sách nhà nước trước sau như một, hứa là phải làm!

Bà ấy biểu đi trước rồi cho chồng về, tôi đòi thả chồng về nhà thì gia đình tôi mới cùng đi. Dù nói như vậy nhưng tôi không dám cương với nhơn vật cách mạng ba mươi đầy quyền lực nầy. Cứ thế cù cưa qua ngày tháng bằng những gói quà - khi thì trăm gram cà-phê, khi thì lon sữa bò, lúc hộp bánh tây - thỉnh thoảng tôi sai con mang vô căn chòi lá trong hẻm đường rầy cho bà chớ tôi không trực tiếp. Nhìn mấy đứa nhỏ thèm thuồng chảy nước dãi, tôi muốn đứt từng đoạn ruột, an ủi các con rán nhịn để mình mua sự bình yên. Có ba đầu sáu tay cũng phải sợ hình ảnh dân vùng kinh tế mới hồi hương lang thang ở đầu đường xó chợ. Những gia đình đi ba về một, đi năm về bốn không phải là hiếm. Đặc biệt, dân kinh tế mới không ai được phép bịnh! Vô phước, bịnh là coi như đi đứt, còn sống thì vất vưởng. Con nít thả rong kiếm ăn như gia súc!

Chị Thanh thổn thức:

- Đâu có cái gì ăn. Cháu suy dinh dưỡng. Ngã bịnh rồi đi luôn. Tui không biết trận đói năm Ất Dậu như thế nào nhưng bây giờ cũng lờ mờ tưởng tượng ra được....

Chị bỏ lửng câu nói. Chồng tôi im lặng. Tôi hỏi:

- Nghe nói nhà nước cấp tôn lợp nhà, và gạo đủ ăn trong sáu tháng trong khi chờ vụ mùa có đúng hôn?

Chị trả lời:

- Cũng có. Nhưng chúng nó ăn chận không còn bao nhiêu. Làm sao mà sống? Nói chung là mang con bỏ chợ, đâu có ai giúp. Chúng nó lại lừa mình nữa!

Chị đay nghiến:

- Gia đình tui đã bỏ của chạy lấy người, mà bây giờ cũng không thoát bàn tay của chúng! Các anh chị trong Nam, hồi xưa bọn tui nói đâu có tin! Cứ bảo Bắc Kỳ nầy, Bắc Kỳ nọ....

Chị lại mệt mỏi buông xuôi an phận lắc đầu:

- Số phận cả!

Đúng số phận đã đưa đẩy chị từ một người nội

trợ lo cho chồng và ba đứa con trong phút chốc bỗng trở thành một người tiều phu không có rựa, người nông dân không có cuốc. Số phận bắt chị bỏ lại trên đồi hoang con búp bê đầu lòng, trở về sống lưu vong nơi mình đã ra đi, thành thợ may không chuyên nghiệp bữa đói bữa lép. Thời gian gần đây chị nhận may gia công áo quần cho một hợp tác xã may mặc trong phường, qua tay một người anh bà con mà chị đang ở đậu. Bình thường, khi không đủ hàng thì ban quản lý chỉ giao cho bà con của họ hoặc những người thuộc gia đình chánh sách, hoặc thêm nữa là những người lanh lợi mánh mung; những khi có hàng thì làm ngày làm đêm ngồi còng lưng vẫn không đủ tiền mua gạo, nên phải độn khoai, mì, bo bo. Thậm chí nhiều khi không có để mà độn!

Chị xanh xao và mệt mỏi như người tù xã hội chủ nghĩa, nhìn ông xã tôi:

- Anh thế mà sướng hơn anh Mai! Anh Mai bốn giờ sáng đã đạp xe ra khỏi nhà, tối mịt mới về đến nhà mà cũng chẳng kiếm được bao nhiêu!

Đã gầy và cao sẵn, anh Mai đi ở tù về còn ốm ròm hơn nữa. Chị Mai nói ảnh trông như con tép phơi phô, khi đi cái đầu lũi về phía trước, nhìn muốn ứa nước mắt. Tôi hình dung ra một anh chàng Đại úy phi công cao lêu nghêu đen thui còm lưng trên chiếc xe xích lô, rồi sắp tới đây một chàng Đại úy phi công nữa xách thùng đồ nghề ra lề đường ngồi vá xe đạp. Trong khi đó, một ông già mù làm giám đốc công ty sản xuất nhựa và một người không biết ký tên chỗ nào lại làm giám đốc công ty xuất nhập khẩu. Vì vậy hết công ty nầy tới xí nghiệp khác thi nhau sập tiệm. Bao nhiêu tiền của nhơn dân tan thành mây khói, nhưng rồi quý vị giám đốc lại được các anh trên che chở chỉ xử lý nội bộ. Chẳng như hồi trước....

Chị Thanh lại nhớ chuyện cũ:

- Cái Thư nhỏ hơn cháu Thùy Dương một tuổi phải hôn?

- Tiếng là một tuổi nhưng hình như chỉ mấy tháng. Lúc dọn nhà thì chị mới có bầu bé Trang.

Mãi hơn một năm sau khi ông xã về Phi đoàn, vợ chồng tôi dọn vào đầu nhà cư xá Nguyễn Thống, do gia đình một hạ sĩ quan dời về khu riêng, dành cư xá nầy cho gia đình sĩ quan. Mới vừa thu xếp chưa gọn gàng mấy thì anh chị Mai cũng theo vào ở căn kế bên. Anh Mai và ông xã nhà tôi, một Bắc Kỳ và một Nam Kỳ, xem ra ý hợp tâm đồng. Cả đời tôi chưa thấy hai ông cụng ly bao giờ. Đi bay thì thôi, mà hễ ở nhà thì thế nào hai ông cũng nhắc ghế ra ngồi ngoài hành lang phía trước uống cà-phê, hút thuốc, trông mấy đứa nhỏ lang thang bắt cào cào châu chấu ngoài bãi cỏ, nơi giáp với Quân Tiếp Vụ. Luôn luôn người ta có thành kiến cho rằng phụ nữ chúng tôi hay ngồi lê đôi mách, nhưng xin hỏi hai ông nói chuyện gì mà năm nầy tháng nọ không hết?

Đa số những người khác con nhà giàu học giỏi biết nhảy đầm và biết uống rượu Tây thì đi chơi đâu tôi không biết. Riêng ông xã nhà tôi vốn dân ruộng lù khù nên chỉ biết giải trí ở nhà. Vì vậy mà chỉ trong vòng sáu năm tôi sanh bốn lần suôn sẻ, với nhịp độ càng ngày càng nhặt. Nếu sau thằng Út tôi không quyết định nghỉ thì có thể những đứa sau chỉ cách nhau chín tháng hai mươi ngày! May mà tôi sanh cũng dễ, có lẽ là do gien di truyền của mẹ tôi chăng? Hồi xưa đường sá xa xôi phương tiện khó khăn nên tôi mới có cái tên cúng cơm là Rớt. Rớt là đẻ rớt vì khi chuyển bụng đẻ thì đi nhà thương không kịp! Hàng xóm nói giòng họ nhà tôi đẻ dễ như gà. Tôi không biết đó là câu khen hay chê. Một khi đau bụng thì chừng chưa tới một tiếng đồng hồ sau chắc chắn là dân số Việt Nam phải tăng thêm một thành viên mới.

Nhưng chỉ mình gia quyến tôi sản xuất cũng không bù được con số những người dân hai miền Nam Bắc chết oan ức trong cuộc chiến tranh không cần thiết. Và sau khi hòa bình lập lại, trò đời càng oan ức hơn. Người may mắn sống sót qua cuộc đổi đời tự nhiên thấy kỳ kỳ. Ông chạy xe lam tuyến đường Chợ Biên Hòa - Phi trường lên lãnh đạo nhơn dân; chị bán hàng rong ở hẻm Chợ Nhỏ làm chủ nhiệm hợp tác xã phường Trung Dũng; anh cách mạng học văn hóa bổ túc trong bưng dạy giáo sư cách viết diễn văn phải có câu "dưới ánh sáng quang vinh của đảng…" và cách dạy học trò trở thành "cháu ngoan bác hồ!" Giáo sư - thậm chí Viện trưởng - trường Đại học Y khoa làm gì mà cũng đi "tập trung cải tạo" và trong tù thì làm phụ tá cho y tá học chưa xong năm lớp tiểu học!

Ông xã tôi kể thời đại cách mạng cái gì cũng cách mạng hết! Lần đầu tiên phi công nhà mình vô tù mới biết có cái cảnh máy bay cách mạng phục kích trên không chờ phi cơ Mỹ bay ngang qua, người lái cách mạng mở cửa phóng qua bắt phi hành đoàn! Còn ở ngoài Bắc thì có khối mỏ dầu, nhơn dân ta chỉ lấy cuốc đào lên mới ba thước mà dầu phụt lên tới bảy thước, nhơn dân ta tha hồ lấy thùng hứng về mà xài! Nhưng anh chánh trị viên lấy làm tiếc rằng nước ta "Đã có mỏ dầu chứ làm gì có mỏ xăng!" Vì chưa có mỏ xăng nên xăng khan hiếm, gây khó khăn cho mấy anh ghiền thuốc trong tù.

Vậy mà bảy năm sau tánh nào vẫn tật nấy, không bỏ thuốc cho vợ con nhờ!

Chị Thanh than phiền:

- Anh Mai cũng có bỏ được đâu!

Nhơn lúc ông xã đi ra ngoài sân hít thở không khí trong lành, thấy khi chị vui vui trở lại, tôi đùa:

- Bà sợ ảnh hết xí quách chớ gì?

Chị Thanh mắc cỡ cười vỗ vai tôi một cái:

- Chị nói xàm không. Già rồi!

Tôi càng chọc:

- Bộ nghỉ thiệt rồi sao?

Chị ngập ngừng giải thích:

- Nhưng anh ấy đâu có chịu!

Khi một người hàng xóm bước vào có chuyện gì đó thì chúng tôi trở về vị trí của những bà mẹ đứng đắn!

■ *nhuận sắc 240121*

ngôi trường đã mất tên

(Tặng đồng môn Chu Văn An, và các bạn có liên quan tới ngôi trường mang tên ấy)

Sau khi quyển truyện đầu tay phát hành được chừng nửa tháng thì có người gọi tìm tôi, nhứt định đòi nói chuyện với chính tác giả. Nhận cái điện thoại từ tay phu nhơn mà lòng sướng run lên. Nghĩ bụng là mình viết chắc cũng có lý lắm nên độc giả truyền nhau biết tên nên muốn thưởng thức tài nghệ của mình, chớ không phải tôi ti tiện nhỏ nhen tới độ tham lam chỉ mười đồng tiền bán sách. Hóa ra có một độc giả thấy khai trong phần Đôi Dòng Tiểu Sử, tôi ghi là cựu học sanh Chu Văn An, bèn nhìn bà con. Nội cái chuyện gọi điện thoại xuyên bang tốn bao nhiêu tiền không đá động gì tới tác phẩm mà chỉ để nhìn đồng song là đủ biết cựu học sanh Chu Văn An có giá tới cỡ nào!

Người bên kia đầu dây, sau khi làm thủ tục giao hữu, lên tiếng hỏi tôi:

- Anh học lớp nào? Năm nào?

Tôi trả lời thuộc lòng như lính đọc số quân trình diện thượng cấp:

- Đệ Nhứt B2 năm 1964-65.

Chưa thắc mắc chuyện gì khác, anh bạn ngạc nhiên:

- Tui tưởng anh là dân Bắc Kỳ!

Tôi ngoi lên từ vùng đất đồng miền Nam. Cha mẹ ít học, quê mùa, bình dân, và giản dị như cuộc sống hiền hòa quanh ruộng lúa vồng khoai. Tên cúng cơm của tôi quá tầm thường nên ít khi dám nói ra, trừ phi với những người quen biết từ hồi nhỏ. Khi tôi khai báo tên thiệt thì hắn nhận ra tên học trò thường cặp kè với anh hắn ngay.

Hắn nghĩ lầm tôi không phải dân Nam Kỳ, còn chính tôi tưởng mình đang đạp chiếc xe cuộc phế thải màu đỏ, với cái cặp cũ sờn da máng trên cây dòn dông, cười phang ngang:

- Chớ mầy dân gì?

Nó cười trả lời:

- Tui cũng vậy, anh! Khi chưa biết, ai cũng tưởng tui Bắc Kỳ!

Như sợ tôi tranh nói, nó dùng lý luận Mác Lênin xổ một hơi:

- Bắc Kỳ mới học Chu Văn An, học Chu Văn An là Bắc Kỳ!

Tôi giải thích cho nó:

- Tại trường mình từ miền Bắc dời vô trong Nam

hồi chia đôi đất nước năm 1954.

Thấy thằng đồng môn thoải mái, tôi thử trí thông minh của nó:

- Mầy biết tại sao hôn? Cho một phút để trả lời câu hỏi!

Quả thật, hắn đâu có đủ thông minh để hiểu rằng cụ Chu Văn An sống vào cuối đời nhà Trần cũng là dân Bắc Kỳ. Sanh tại đất ngàn năm văn vật Hà Nội, cụ thi đậu tiến sĩ nhưng không ra làm quan mà về nhà dạy học. Mãi sau ông mới nhận lời mời của vua Trần Minh Tông vào cung dạy thái tử. Tới thời ông vua con là Dụ Tông thì chánh sự thối nát quá. Từ địa phương tới trung ương đầy rẫy cảnh hối mại quyền thế, tham nhũng, mua quan bán tước. Ông đề nghị với nhà vua phải diệt lũ nịnh thần thì nước mới giàu dân mới mạnh được. Ông học trò bây giờ quyền uy tột đỉnh bị lũ sâu dân mọt nước ám quẻ cho nên đâu có chịu nghe, ông thầy bèn từ chức về quê huyện Chí Linh tỉnh Hải Dương tiếp tục nghề sư phạm.

Chuyện tôi làm đệ tử cụ Chu Văn An chỉ là một sự tình cờ. Lúc học hết lớp Đệ Nhị ở trường Trung học Cần Giuộc và thi đậu Tú Tài I rồi, nếu ai muốn làm quan võ thì dễ thôi, miễn là đủ tuổi. Chín tháng quân trường là có quyền le lói, sau khi "đứng dậy các tân sĩ quan" nhận kiếm báu tại Vũ Đình Trường. Trong khi đó, ai muốn làm quan văn đội mũ cánh chuồn thì bắt buộc phải chuyển trường, hoặc xuống Tân An là tỉnh lỵ của tỉnh Long An hoặc lên Sài Gòn. Mẹ tôi phần thì mù chữ, phần thì hầu như suốt đời chưa bước chưn ra khỏi chợ Rạch Kiến nên không có ý kiến. Cha tôi là công tử học hết lớp ba trường làng, làm ruộng, và trồng đồ hàng bông, nên phó mặc cho tôi:

- Mầy muốn học đâu thì học!

Tuy là quê quán Long An nhưng từ chỗ tôi muốn xuống tỉnh lỵ Tân An bắt buộc phải lên Bình Chánh rồi theo Quốc Lộ 4 đổ ngược xuống miền Tây, sau khi chạy ngang qua hai quận Gò Đen và Bến Lức. Trái lại, từ Bình Chánh đi chừng mươi cây số nữa là tới Chợ Lớn. Tôi mới mười chín tuổi còn khờ khạo đâu biết chọn lựa. Chị tôi dù có chồng ở Sài Gòn nhưng chắc đã tiên đoán được trong tương lai ông em sẽ trở thành quỷ sứ nên không dám mời lên nhà ở mà chỉ góp ý:

- Lên chốn phồn hoa văn minh học thì mầy mới khôn ra!

Lúc đó, không kể hai trường Trưng Vương và Gia Long dành cho quý cô, hình như ở thủ đô Sài Gòn chỉ có hai trường công lập lớn nổi tiếng: Trường Trương Vĩnh Ký người ta quen gọi là trường Pétrus Ký cho có vẻ hay chữ, và trường Chu Văn An. Ông sư phụ tôi không có tên Tây vì lúc ông sanh trưởng thì giặc Phú Lang Sa chưa dòm ngó Việt Nam. Trong hai ông nầy thì ông nào cũng đáng làm thầy mình, dễ thường nếu không tiến sĩ thì cũng học giả. Học ở đâu cũng được, không màng trường Bắc Kỳ hay trường Nam Kỳ, nhưng xa nhà thì sanh ra vấn đề chỗ ăn chỗ ở.

Định năm nầy nếu học Sài Gòn thì sẽ ở nhờ người bà con ở Lộ Đồ phía dạ Nam cầu Nhị Thiên Đường nên tôi đề nghị học Chu Văn An cho gần nhà. Đa số đám bạn bè tôi rủ chuyển lên Pétrus Ký, với nhận định:

- Chu Văn An của Bắc Kỳ!

Như sợ tôi chưa đủ tin, bọn nó còn hù thêm:

- Tụi nó chuyên môn đánh lộn với Trần Lục, Cao Thắng. Cái đám trường kỹ thuật chơi kềm búa mỏ-lết thì mình chỉ từ chết tới bị thương!

Hù Chu Văn An của Bắc Kỳ tôi chưa sợ vì anh rể tôi cũng dân Bắc Kỳ, nhưng khi chúng nó hài danh hai trường Trần Lục và Cao Thắng nổi tiếng đánh bể hội đồng với đầy đủ đồ nghề thì tôi khớp thiệt. Thế là tôi cầm giấy giới thiệu đi theo mấy thằng đầu têu lên nộp tại trường dành cho dân Nam Kỳ! Nhưng số phận đã an bài, như mẹ tôi thường nói, làm cái gì cũng không qua thời vận, số phận. Mình làm thì làm nhưng trời quyết định. Ông trời có con mắt thần thông và rất rảnh việc nên sắp đặt hết mọi chuyện trên thế gian cho loài người, vì ông trời nặn ra con người, đẻ ra con người, mặc dù chưa nghe ai nói ông có vợ! Ông trời bảo tại mình chậm chưn nên trường Pétrus Ký không còn lớp Đệ Nhứt nào trống cả. Còn mình đã đậu Tú Tài I rồi thì học Đệ Nhị làm gì nữa!

Thú thiệt là hồi đi học tôi chỉ biết ông Chu Văn An là ông Chu Văn An thôi chớ chẳng biết gì nhiều. Nhưng có thằng dám quả quyết là nó biết mặt ổng! Học sử biết thêm nữa là ông có bài sớ đòi giết bảy tên nịnh thần. Nhưng những tên quan sâu dân mọt nước chè lá, bợ đỡ, và tham nhũng không chết nên ông phải từ chức, về quê làm thầy đồ dạy học. Nếu học sanh trung học mà không biết *Thất Trảm Sớ* nữa thì tôi dám khẳng định là tên đó chẳng có học hành gì hết. Không biết học sanh từ lớp Đệ Thất ngay từ ngày đầu nhập học, Ban Giám Học có thuyết trình về lịch sử của trường và tiểu sử của danh nhơn mà trường mình mang tên không, chớ năm Đệ Nhứt tôi học chẳng nghe ai nói tới. Một hai ba là học chớ không nói ôn-đơ gì hết!

Trái với niềm mong mỏi của cha mẹ, sự học của tôi tỉ lệ nghịch với thời gian, càng lớn tuổi thì học càng lùi. Đám bạn nối khố tới giờ vẫn chứng nhận miệng - không ký tên đóng dấu - rằng tôi nổi tiếng học giỏi từ nhỏ. Không phải vì chuyện đã qua ba bốn mươi năm không ai kiểm chứng mà khoa trương, nói chung thì từ Đệ Thất tới Đệ Nhị, không năm nào tôi không lãnh phần thưởng, nhưng thứ hạng đếm lên dần theo con số! Từ năm Đệ Tam ở trọ học là đã thoát khỏi vòng kiềm tỏa của gia đình, muốn một bước nhảy vọt thành người trưởng thành. Bắt đầu theo mấy thằng quỷ lớn ngồi quán cà-phê phì phèo thuốc lá Bastos xanh, hai ngón tay kẹp điếu thuốc vẫn còn vụng về. Lâu ngày thành quen, thỉnh thoảng về quê thăm nhà vẫn lén vấn thuốc rê của ông già hút cho đỡ ghiền.

Đám quân sư bày vẽ và huấn luyện chúng tôi hư hỏng sớm phải kể đến mấy anh bên trường bán công Cần Giuộc. Có lẽ chuyện hay là do tự mình tìm ra mà làm, còn điều dở thì phải học qua bạn bè! Đi theo tụi nó vì khoái nghe kể chuyện tiếu lâm tục tiểu và học bài hàm thụ trước ngưỡng của hôn nhơn và tâm lý bạn gái, trong đó có cả cuốn bí kiếp Cô Giáo Thảo viết tay nhào nhòe chuyền từ tay đứa nầy sang thằng khác! Thời gian nầy ở vùng quê tôi chưa có nhà thờ Thiên Chúa Giáo, nên mấy ông cha nhà thờ chưa phải là đề tài chuyện tiếu lâm. Để minh họa, tụi nó kể chuyện ông thầy chùa hoàn tục về nhà lập gia đình đặng có người nối dõi cho dòng họ. Sau đêm hợp cẩn, tự nhiên khóc òa lên trước sự ngạc nhiên của mọi người. Hỏi:

- Có chuyện gì?

Đáp rằng:

- Nếu biết vầy đi tu làm chi cho phí đời trai!

Chuyện kể có diễn tả và thêm mắm dậm muối như nó là nhơn vật chánh khiến cả bọn trông đực mặt ra, thích thú lẫn nham nhở cười ồ lên. Cũng chỉ là tưởng tượng thôi, chớ thật sự thì ít đứa có kinh nghiệm chiến trường! Thời chúng tôi, cha mẹ xem ấy là chuyện cấm ky, huống hồ gì nói tới dạy hay hướng dẫn lớp nhỏ hăm hở bước vào thế giới của người lớn. Con gái con trai tới tuổi dậy thì thì tự động kiếm sách vở về lén nghiên cứu một mình rồi tham khảo với lũ bạn bè quỷ sứ. Đám con gái bán cà-phê, có đứa cũng là nữ sanh đang học Cần Giuộc, tò mò lắng tai, nãy giờ giả bộ như không nghe thấy, bây giờ hiểu ra mắc cở đỏ mặt, đứa nầy đấm lưng đứa kia thùi thụi. Nhờ thực tập hàm thụ như vậy mà tới năm Đệ Nhị thì tôi được biết thêm mùi con gái.

Không cay đắng như thuốc lá và cà-phê hay những lời đay nghiến, mùi con gái không giống như bất cứ mùi hoa gì được thưởng thức từ trước tới nay. Nghe như mùi da thịt, mùi môi, mùi tóc, mùi hơi thở, mùi hoa cau, mùi hương dạ lý, hay tất cả những thứ ấy. Trong thơ tình lãng mạn thời tiền chiến cũng như bây giờ chưa thấy ai nói tới. Đó là mùi đam mê như ma túy không thử thì thôi mà đã biết qua rồi thì nhớ mãi muôn đời. Nó vấn vương trong lúc ngồi nghe thầy giảng bài, lúc chịu trận nghe ông già bà già giảng đạo đức kinh, cả những lúc đi đường, và cả trong giấc ngủ cô đơn. Cho nên cuối năm đó tôi suýt làm bùi kiệm nhưng may mắn được theo hầu sư phụ Chu Văn An.

Chắc tại nộp đơn trễ nên bị đì cho lên lầu, học buổi chiều ở phòng cuối dải hướng Tây, nóng như cái lò than, nhứt là vào mùa nắng. Lúc nầy vùng quê tôi bị giặc chiếm, tôi mất liên lạc với gia đình phải tự mưu sinh nên việc học lơ là, cúp cua nhiều hơn vô lớp. Đúng như ai nói, cả thầy giáo cũng toàn là Bắc Kỳ. Không học ông giáo nào người Nam cả. Thời nầy giáo sư Đàm Xuân Thiều làm hiệu trưởng. Tôi nghe nói những nhà thơ nổi tiếng như Vũ Hoàng Chương và Nguyên Sa theo thứ tự dạy Việt Văn và Triết ở lớp nào đó trong năm nầy. Vì học hành chập chờn như nước lớn nước ròng nên tôi không nhớ nhiều về quý thầy. Sau gần bốn mươi năm, tôi nhớ vỏn vẹn chỉ bốn người. Đó là thầy Trần Văn Việt dạy môn Đại Số, và quên tên ông giáo sư dạy Hình Học nhưng tôi nhớ rất rõ từ dáng đi, bước vào lớp, tới cách để cái cặp da lên bàn....

Ngoài ra, tôi cố moi óc xem mà vẫn không nhớ lại ông giáo sư dạy Triết có phải là Linh mục Trần Văn Hiến Minh không. Thầy dĩ nhiên đàng hoàng đứng đắn chưa bao giờ sỉ vả học sanh. Thầy già cỡ tuổi tôi bây giờ nhưng trông chừng chạc hơn. Cặp kiếng màu xanh sương sa đặc biệt rất lợt trên khuôn mặt chữ điền khiến người ta khen ông có nét đẹp của người tiền sử. Không bà con chi mà lại thiên vị lúc nào ông cũng cho tôi điểm cao mới là lạ! Và cách dạy của ông lại là một vấn đề lớn được đem ra mổ xẻ mỗi khi có giờ Triết. Đa số cho là giọng ông nhừa nhựa khiến học sanh nghe dễ buồn ngủ, nhưng đối với tôi không sao vì tôi đọc sách nhiều hơn tới lớp!

Người thứ tư tôi còn nhớ đặc biệt là giáo sư Nguyễn Đình Khánh dạy môn Vật Lý. Tới bây giờ tôi vẫn còn hình dung được dáng dấp và cử chỉ của ông trên bục giảng. Người ốm cao mũi thẳng và lanh lợi. Sở dĩ tôi nhớ rõ giáo sư Nguyễn Đình Khánh là vì ông bị mấy thằng giặc chơi khăm. Buổi chiều, đầu giờ Vật Lý, ông mới giảng chừng vài phút thì một tiếng nổ ầm làm ông và cả lớp giật mình, trừ mấy tên thủ phạm gài pháo nối dây nổ chậm. Cả lớp trong đó có cả tôi hân hoan thoải mái cười vô ý thức. Ông giận quá vứt viên phấn bỏ đi ra khỏi lớp, và nghỉ luôn ngày hôm đó. Dĩ nhiên sau biến cố cả đám học sanh chúng tôi bị quạt tơi bời hoa lá, và được đặc cách thăng lên hạng nhứt trong ba cấp "nhứt quỉ, nhì ma, thứ ba học trò"!

Chắc chắn thằng Nguyễn Văn Cầu ngồi bàn đầu bên trái tôi, là một tên học giỏi lạ lùng, không dính líu tới vụ nầy. Đó là một tên Bắc Kỳ nhỏ con hơn và không đẹp trai bằng nhưng lại giàu hơn tôi. Năm đó mà hắn đi học bằng xe gắn máy Goebel rồi đi du học nên sau nầy nghe nói nó làm lớn. Trong lúc ấy, tôi chỉ cỡi con trâu già ít nữa cũng hai mươi tuổi mà lâu lâu lại xẹp nửa đường không tiền vá, phải dắt bộ đổ mồ hôi hột! Trong số từ Cần Giuộc lên, tôi còn nhớ rõ ràng một tên Chiếu hơi lé và một tên Nguyễn Văn Lầu cao ráo hơn tôi. Tên Chiếu không biết sao gần bốn mươi năm không nghe ai nhắc tới. Nhưng tên Lầu thì sau biến cố Tết Mậu Thân 1968, tôi trở lại học trường Luật Khoa Sài Gòn thì gặp hắn cũng đang học ở đấy. Nếu không đi lính có thể giờ nầy nó đang có chưn trong hội đồng thầy cãi xã hội chủ nghĩa! Thật vô tình, tôi không nhớ lớp tôi bao nhiêu em và cuối năm đó đậu bao nhiêu đứa!

Trong bài viết "Chu Văn An Và Tôi," huynh trưởng Võ Kỳ Điền nói rằng Chu Văn An hầu như năm nào cũng đậu một trăm phần trăm. Có thể là thời còn học ké bên trường Pétrus Ký và trường Sư Phạm, mà phải học buổi trưa, nên phải rán mà học giống như con nhà nghèo! Riêng niên khóa 1958-59 lớp của ông đậu 43, đợt sau đậu luôn 4 trong số 47. Tôi xin hân hoan chia xẻ và nhận ké cái tự hào nầy, nhưng lớp Đệ Nhứt B2 của tôi năm 1964-65 ít nhứt có một đứa rớt vì buổi sáng đi thi ra ngõ gặp... gái thiệt! Đó là điểm bắt đầu khởi hứng làm thơ, người nữ sanh áo trắng trinh nguyên đưa tôi vào đời, và đóa hoa tình yêu cho tôi biết mùi con gái! Và tôi lại thí mạng cùi bỏ luôn không thèm thi kỳ hai. Ba phần tư thời giờ lo kiếm ăn mà vẫn chưa đủ thì việc học hành chỉ là cho có, chẳng lẽ không học! Hơn nữa, học hay không học thì cũng đã nắm chắc cái quay chảo, rủi lên bàn thờ thì cũng cố thiếu úy rồi, chớ đâu phải cánh gà chiên bơ!

Nhớ lại hồi ở trại Xuân Phước, anh bạn từ dải nhà phía sau nghe nói tôi là cựu học sanh Chu Văn An, nháy mắt nhìn bà con. Tới sáng ra sắp hàng đi làm lao động, anh rà rà lại hỏi cũng cùng một câu như ông bạn hỏi bên trên:

- Lớp mấy? Năm nào?

Hắn lại giả bộ hỏi:

- Lớp anh học nằm chỗ nào?

Sau khi xác minh lý lịch tôi là Chu Văn An thứ thiệt, anh ta lại giới thiệu với một Chu Văn An già khác - mà bây giờ tôi lại quên tên - cùng phòng lại nằm gần sát bên. Ông giải thích tại sao gọi là trường Bưởi mà dân Nam Kỳ thường thắc mắc. Trường Chu Văn An tọa lạc tại làng Thụy Khê chạy dài từ bờ Hồ Tây tới làng Yên Thái. Mà làng Yên Thái tục gọi là làng Bưởi nên người ta gọi trường Chu Văn An là trường Bưởi. Tôi hỏi có phải làng Yên Thái chuyên môn trồng bưởi như làng Thanh Trà ở Biên Hòa không thì ông không rõ. Ông bảo ở ngoài Bắc có nhiều nơi kỳ lạ gọi bằng mỗi một chữ như Sặt, Truồi....

Ai cũng bảo dân Chu Văn An có máu tếu:

- Thế mới gọi là Bắc Kỳ chứ ly!

Ở miền Bắc, trường Chu Văn An là hậu thân của trường Bảo Hộ [1] thành lập năm 1907, lớn hơn ông già tôi một tuổi. Vì sự hình thành nầy nên tới năm 1915 đã bãi bỏ chế độ thi chữ Hán tại miền Bắc. Không nhớ rõ từ năm nào, trường Chu Văn An nằm trên Đại lộ Đồng Khánh. Khi lập trường Nguyễn Trãi năm 1951 thì Chu Văn An di cư về phố Hàng Than, "mang theo một phần giáo sư và học sanh. Phần còn lại tại đường Đồng Khánh được đổi tên là Nguyễn Trãi." [2]. Theo tôi điều nầy Bộ Giáo Dục có hơi thiên vị Nguyễn Trãi và hơi ép Chu Văn An thấy rõ!

---

(1) Lycée Protectorat. (Theo CVA Đào Đình Đắc).

(2) Theo CVA Nguyễn Hữu Luyện.

Tôi chia xẻ với ông huynh trưởng niềm hãnh diện về ngôi trường mình xuất thân:

- Trường mình học sanh giỏi đã đành. Điều hãnh diện là có truyền thống thanh liêm và cương trực, "uy vũ bất năng khuất!"

Gặp thời buổi nhiễu nhương, vua là ông trời con mà ngài Chu Văn An lại dám bảo giết cái đám sâu bọ chầu rìa thì ngài chẳng nể nang gì ông thần chết. Kế thừa truyền thống đó, nhiều Chu Văn An ở hơn hai mươi năm trong lao tù cộng sản vẫn ngẩng cao đầu đã chứng tỏ cái khí phách anh hùng của vị sư tổ. Ngoài ra, khi biết là cựu học sanh Chu Văn An, tự nhiên anh em có cái tình cảm như là tình huynh đệ chi binh. Anh huynh trưởng Nguyễn Hữu Luyện đã tâm sự với tôi rằng lúc anh sang Úc công tác về vụ kiện WJC, được Hội Chu Văn An tổ chức họp mặt tiếp đón rất đông, rất vui vẻ và thân mật. Nhiều anh đã thành danh. Có anh là "viên chức trong guồng máy chánh quyền như anh Lưu Tường Quang, Giám Đốc các chương trình phát thanh của 16 ngôn ngữ thiểu số của Đài Quốc Gia Úc." [3].

Tôi đi ở tù thuộc diện con bà phước nằm kế bên ông đây mà trước nay ông vẫn làm lơ, bây giờ huynh trưởng mời tôi xơi nửa điếu thuốc lào. Phê xong, ông kể tiếp:

- Năm 1954 di cư vào Nam, trường ở kế với Pétrus Ký ở đường Cộng Hòa, ngó xéo qua Công An Bình Xuyên. Lúc ấy, trường có cả con gái nữa. Chúng ta là nam nhi chi chí hào hoa phong nhã nên chia xẻ với

---

[3] Thư riêng của CVA Nguyễn Hữu Luyện.

trường nữ Trưng Vương, mãi tới năm 1958 mới chia tay!

Tôi đọc Quốc Văn Giáo Khoa Thư:

- Ôi! Buổi biệt ly sao mà buồn lắm vậy!

Bởi thế, giữa Trưng Vương và Chu Văn An chẳng những là đồng môn, còn có tình sui gia. Nhiều đệ tử Chu Văn An là phò mã của Trưng Nữ Vương, và không ít con cái của hai bà về làm dâu nhà thầy Chu Tiều Ẩn. Điều nầy cũng giải tỏa thắc mắc của tôi về các nữ đệ tử của cụ Phan Thanh Giảng ở Cần Thơ trước khi thành lập trường nữ Đoàn Thị Điểm. Ra hải ngoại, mối dây tình cảm càng gắn bó giữa Phan Thanh Giản và Đoàn Thị Điểm, cũng như giữa Trưng Vương và Chu Văn An. Hiếm thấy cuộc hội ngộ độc diễn. Thường thì liên trường như bên California gồm Trưng Vương, Gia Long, Chu Văn An, Petrus Ký, Nguyễn Trãi, Hồ Ngọc Cẩn, Lê Văn Duyệt...; ít nữa cũng cặp bài trùng Chu Văn An và Trưng Vương như bên Toronto, Canada, cũng như trên các website.

Trái với thầy Chu Văn An lúc nào cũng nghiêm túc, những đời sau kể từ đầu thế kỷ XX, hít thở không khí tự do của nền văn minh Tây phương, nên cái tánh phóng khoáng và khuynh hướng lãng mạn ăn vào xương tủy. Tôi bắt gặp cái phóng khoáng dí dỏm đó ở ông huynh trưởng:

- Con gái đi rồi mình ở lại làm gì? Buồn quá cũng cuốn gói đi luôn!

Hai năm sau thì trường dọn tiệm một lần nữa. Về trấn ngay cái mũi tàu giữa đại lộ Minh Mạng và đường Triệu Đà, cách đó khoảng một trăm thước là chỗ ở của gia đình chị tôi, nhưng bà ấy đâu có mời ông em tới ở trọ học! Cái mũi nhọn của hình tam giác đâm ra đại lộ Hồng Bàng ngay chỗ Ngân Hàng Máu. Phía ra Ngã Sáu giáp với Đại học xá Minh Mạng, ngó ra con đại lộ rợp bóng sao cổ thụ, xe bán đồ ăn dã chiến, khô mực, trái cây ngâm cam thảo, và... dập dìu con gái. Con gái nào cũng đẹp, chỗ nào cũng có. Mà con gái thì làm điêu đứng học trò trai! Cho nên nhiều đứa con trai phải học văn chương chữ nghĩa để làm thơ tặng lại con gái! Chỗ nầy trường Chu Văn An ngon lành hơn trường Petrus Ký và trường Hồ Ngọc Cẩn! Mãi tới niên khóa 1959-60, trường Petrus Ký vẫn chưa có Đệ Nhứt C nên anh Trần Đại Lộc [4] chuyển qua Chu Văn An học chung với nhà thơ Nhật Hồng [5]. Còn trường Hồ Ngọc Cẩn mãi tới niên khóa 1958-59 mới có một lớp Đệ Tam C, mà trong khi chờ đợi sắp xếp, nhà thơ Hà Linh Bảo [6] phải sang học tạm lớp A bên Chu Văn An chừng vài tháng.

Người ta đồn học trò Chu Văn An hay đánh lộn và quậy dữ dội. Chỉ nghe đánh nhau với Cao Thắng và Trần Lục chớ chưa thấy, suốt thời gian tôi học cũng chưa. Tụi nó cũng hiền chớ không dữ dằn như mấy thằng Cần Giuộc hù tôi, hay cũng tùy đứa? Nhưng quậy thì hết sẩy, trong đó có cả tôi nữa! Nói cho cùng thì học trò nào không quậy, nhỏ quậy theo nhỏ, lớn quậy theo lớn. Học trò Đệ Nhứt xem ra đã chững chạc thì quậy với con gái nhiều hơn, do đó bớt bạo

---

(4) Đã qua đời ở California (Theo CVA Nguyễn Thanh Vân).

(5) Nhà thơ Nhật Hồng là CVA Nguyễn Thanh Vân, hiện làm chủ tịch Hội Cựu Chiến Binh Michigan.

(6) Nhà thơ Hà Linh Bảo là CVA Phạm Đình Bảo, trong Tao Đàn ngày xưa, nổi tiếng ngâm thơ đủ giọng.

lực mà thiên về trường phái lãng mạn! Trên cái bao lơn từng nhì, giữa hai môn học, thường không thấy mặt đám học trò siêng năng, từng nhóm tụ họp đấu láo, chỉ nghe bàn về phái nữ, mà tôi dám bảo đảm đây là đề tài bàn muôn đời chưa hết! Nhưng để ý thấy hình như có kỳ thị chủng tộc! Bắc Kỳ không tụ với Nam Kỳ mặc dù chưa bao giờ xích mích. Bằng chứng là đám bạn Bắc Kỳ của tôi không tên nào quen từ hồi nhỏ, mà từ những năm chiến đấu bên nhau và trong thời gian nhục nhằn của kẻ buông súng.

Chỉ nghe qua cái thông cáo của ủy ban quân quản của một tỉnh nào đó, không kể Nam Kỳ hay Bắc Kỳ, Chu Văn An hay Trương Vĩnh Ký, Đà Lạt hay Thủ Đức, Quốc Gia Hành Chánh hay Xây Dựng Nông Thôn, chánh quy hay địa phương quân, hiện dịch hay trừ bị... tự nguyện đút đầu vào rọ! Tới năm 1982 thì tôi xong cái mảnh bằng giẻ rách gọi là tiến sĩ lao động vinh quang! Cả nước nhịn đói nhịn khát, nhịn ăn nhịn mặc, chịu nhục chịu nhã để xây dựng xã hội chủ nghĩa, mà chỉ chưa tới mười năm sau cái nôi xuất phát ấy đã phủ nhận những gì nó vun đắp, và thành quả nó đạt được! Thành quả đó là một thiên đường mù của những thằng điếc cho những người câm và những kẻ nô lệ. Thiên đường đó không có chỗ dành cho con người đích thực, con người còn lương tâm và có liêm sỉ. Nên trước cuộc hành trình vô định, tôi về quê lạy tạ tổ tiên một lần để có thể không bao giờ mình còn nhìn thấy nữa.

Khi trở lên, tôi tạt ngang thăm ngôi trường cũ Chu Văn An, tìm lại không khí Chu Văn An, và sống lại thời Chu Văn An. Nói là thăm nhưng đi vòng vòng bên ngoài chớ nào được bước vô trong, chun qua tấm bảng đỏ chữ vàng với một cái tên xa lạ: trường huấn nghệ Phổ Thông Lao Động. Khi học tôi không có cảm giác mình dính líu gì với ngôi trường và không hãnh diện về bậc danh sĩ mà trường mình đã mang tên, nhưng như một di sản văn hóa bị tước đoạt khi tên trường Chu Văn An không còn nữa, như cảm nhận tình mẫu tử khi mẹ đã qua đời! Giữa bức tường rào loang lổ dán đầy quảng cáo nham nhở, khung cửa sắt han gỉ, xịch xạc khóa bằng sợi lòi tói sét không cho người lạ vô cái hành lang trên lầu hai, nơi dù ngắn nhưng đã đủ gói ghém hành trang cho tôi vào đời, nơi nấc thang cuối cùng chấm dứt cuộc sống vô tư lãng mạn thời niên thiếu để vói tay cầm khẩu súng garant bắt đầu đoạn đường chiến binh.

Như khi xưa chào cờ mình không cảm giác, nhưng bây giờ sao lòng thấy rưng rưng!

Chu Văn An, bậc danh sĩ đã truyền niềm tự hào cho hậu bối!

Chu Văn An, ngôi trường đã mất tên!

Hãy trả lại tên Chu Văn An cho ngôi trường tôi đã học!

■ *nhuận sắc 240121*

MỤC LỤC

Lời chân thành		9
Thay tựa		11
Lời ngỏ		13
Vài ghi nhận về Tiếng Quê Hương của tác giả Ngô Sỹ Hân		16
1	Nồi canh mướp mồng tơi	24
2	Kể chuyện Việt Nam	44
3	Ngôi trường	64
4	Cắt cỏ là vinh quang	83
5	Đồng hương	97
6	Mùa giáng sinh của Quỳnh	110
7	Hai mươi tám năm sau	122
8	Tự nguyện đi tù	138
9	Tu xuất	153
10	Người đàn ông ti tiện	171
11	Ở tù về thăm bạn	189
12	Ngôi trường đã mất tên	204

Nhân Ảnh
2024

Liên lạc tác giả
Ngô Sỹ Hân (Syhan Ngo)
2682 Roundtree Dr
Troy MI 48083
ngosyhan@gmail.com
ngosyhan2002@yahoo.com
facebook: han ngo
phone:
(248) 740-0669 h
(248) 558-0089 c

Liên lạc Nhà xuất bản
han.le3359@gmail.com
(408) 722-5626

www.ingramcontent.com/pod-product-compliance
Lightning Source LLC
LaVergne TN
LVHW041702060526
838201LV00043B/536